Þráðlaust öðruvísi

Að endurbyggja ást eftir taugaveiklun

Jessica Hintz,
Bandaríkin, 2025

Áletrun

Bókartititll: Wired Differently
Undirtitill bókarinnar: Að endurbyggja ást eftir taugaveiklun
Höfundur: Jessica Hintz

Höfundur: Jessica Hintz
Hafðu samband: boxingboy898337@gmail.com

INNIHALD

FYRIR HLUTI: BREYTINGIN

KAFLI 1: THE MISFIRE

Tilgangur kafla:
Til að hjálpa lesendum að bera kennsl á hvernig óþekktur eða misskilinn taugadreifandi samskiptastíll getur leitt til sambandsrofs og til að byrja að staðla þessa reynslu. Þessi kafli snýst ekki um sök - hann snýst um meðvitund, viðurkenningu og fyrsta skrefið í átt að vexti.

Hluti 1: Hvað er misskilningur í samböndum?

- **Skilgreindu „Misfire“**: „Misnun“ í samskiptum er þegar skilaboðin sem send eru eru ekki þau skilaboð sem berast – og í samböndum sem eru ólíkir í taugakerfi eru þessi kvikindi ekki sjaldgæf heldur tíð.
- **Lykilhugmynd**: Flest átök hefjast ekki af illsku, heldur misskiptingum. Í taugavíkjandi gangverki getur þessi misskipting átt rætur í taugafræði, ekki ásetningi.

Dæmi um gerðir af eldflaugum:

- Bókstafleg túlkun á kaldhæðni.
- Skynjunarstöðvun sem er ranglega kölluð tilfinningalega afturköllun.
- Hvatvís athugasemd sem er ranglega kölluð grimmd eða afskiptaleysi.
- Seinkuð vinnsla maka sem talin er þöggun eða höfnun.

✅ **Ábendingakassi fyrir lesendur:**
Byrjaðu að taka eftir: Eru til mynstur þar sem slagsmál þín byrja á því að „missa“ merkingu eða þarfir hvers annars?

Kafli 2: Samskipti í taugavíkjandi samböndum

- **Skilningur á taugaveiklun**: Útskýrðu í stuttu máli hvað taugabilun felur í sér—ADHD, einhverfu, munur á skynjun o.s.frv.
- Einstaklingar sem eru misjafnir í taugakerfi geta átt mismunandi samskipti - með beinu máli, þurfa lengri tíma til að vinna úr, upplifa skynjunarálag, glíma við hvatvísi o.s.frv.

Til dæmis:

- Einhverfur maki gæti forðast augnsamband ekki vegna áhugaleysis, heldur vegna þess að það er oförvandi.
- Félagi með ADHD getur truflað oft - ekki vegna dónaskapar, heldur vegna þess að þeir óttast að gleyma hugsun sinni.
- **Mikilvæg athugasemd**: Margir taugavíkjandi einstaklingar hafa eytt ævinni í að segja að samskipti þeirra séu „röng", sem leiða til grímu, skömm eða tilfinningalegrar viðbragða.

✅ **Hugleiðing lesenda:**

Hugsaðu aftur til síðasta ágreinings þíns. Var það augnablik þar sem þér fannst þú vera misskilinn, eða þú misskildir maka þinn? Hvaða taugafræðilegir eiginleikar gætu hafa verið að spila?

Kafli 3: Faldu sökudólgarnir á bak við miseldana

Hér skaltu brjóta niður nokkra **algengar orsakir** af endurteknum misskilningi í taugavíkjandi samstarfi:

1. Bókstaflega vs. gefið í skyn tungumál

- Einn félagi segir: „Gerðu hvað sem þú vilt," og ætlar sér kaldhæðni.
- Hinn tekur því bókstaflega, sem leiðir til meiri sársauka.

2. Skynjun ofhleðsla

- Hávært umhverfi eða björt ljós meðan á ágreiningi stendur getur lokað á einhvern.
- Félagi lítur á þetta sem að „loka þeim úti“.

3. Tilfinningaleg vanstjórnun

- ADHD félagi getur farið úr 0 í 100 tilfinningalega og þá alveg eins fljótt að hrynja.
- Þessi styrkleiki getur verið óstöðugleiki fyrir hinn maka.

4. Seinkuð vinnsla eða „Autt útspil“

- Einhverfur einstaklingur gæti þurft mínútur eða klukkustundir til að svara tilfinningalega hlaðnum spurningum.
- Samstarfsaðilinn gerir ráð fyrir að þeir hunsi málið.

5. Hvatvísi og óljós svör

- Orð koma út áður en þau eru síuð.
- Annar maki meiðist, hinn iðrast en getur ekki „tekið það til baka“.

✅ **Lykilboðakassi:**

Taugavíkjandi samskipti eru ekki rofin - þau eru bara öðruvísi. Vandamálið er það ekki *þú*. Vandamálið er **ósýnilegt misræmi** í væntingum, hraða og stíl.

Hluti 4: Tilfinningalegur tollur af miseldum

Útskýrðu hvað þessir viðvarandi misskilningar gera við samband með tímanum:

- Skapar tilfinningu fyrir **ganga á eggjaskurn**.
- Báðir félagar byrja að finna til **óséður, óheyrt,** eða **óöruggt** tilfinningalega.
- Jafnvel lítil átök stigmagnast hratt.
- A **skortur á viðgerðarsiðum** (t.d. taugatýpískt „við munum tala um það“) veldur uppbyggingu spennu.

- Annar eða báðir samstarfsaðilar geta byrjað að **hylja sitt sanna sjálf**, hræddur við að koma af stað öðrum átökum.

✅ **Hápunktur tilvitnunar:**

„Þú getur elskað einhvern djúpt en samt ekki skilið hvernig heilinn virkar – og án þess skilnings getur ástin hægt og rólega glatað getu sinni til að tengjast.

Kafli 5: Kynning á hugtakinu taugavíkjandi upplýst samskipti

Þetta er hvetjandi og vonandi snúningur. Eftir að hafa útskýrt allt sem fer úrskeiðis skaltu kynna varlega hvað getur farið *rétt*:

- Mörg pör berjast ekki vegna þess að þau elska ekki hvort annað, heldur vegna þess að þau skortir **verkfæri til að þýða ást sína yfir á tungumál hvers annars**.
- Neurodivergent-upplýst samskipti snýst um **aðlagast**, ekki **lagfæring**.
- Það krefst:
    - Gagnkvæmur skilningur á því hvernig hver heili vinnur heiminn.
    - Sameiginleg samskiptarammar sem draga úr núningi.
    - Viðgerðaraðferðir sem taka tillit til taugavíkjandi kveikja og vinnslustíla.

✅ **Skyndimynd af raunveruleikanum**

Dæmi: Emma (ADHD) og Marcus (einhverfur)

- Marcus þurfti oft meiri tíma til að svara spurningum. Emma myndi verða áhyggjufull og fylla þögnina með fleiri spurningum.
- Eftir að hafa lært um seinkun á vinnslu, kynnti Emma „taktu þinn tíma, ég bíð“ í samtölum þeirra. Þessi litla setning breytti öllu.

- „Í fyrsta skipti fann ég ekki fyrir þrýstingi til að svara samstundis. Og Emma fannst mér ekki hunsað.

Kafli 6: Staðfesting á upplifun lesandans

Þessi hluti ætti að vera samúðarfullur, beinn og hlýr:

- Ef þú ert að lesa þetta eftir sambandsslit, eða í miðri sambandskreppu, **þú ert ekki einn**.
- Þú gætir hafa eytt mánuðum eða árum í að velta því fyrir þér: "Af hverju getum við ekki bara gert það rétt?"
- Sársaukinn sem þú hefur fundið fyrir er raunverulegur - en það þýðir ekki að ástin hafi verið það ekki.
- Neurodivergent gangverki bætir við margbreytileika, en einnig möguleika.

✅ **Staðfestingaryfirlýsing fyrir lesanda:**

"Það sem braut þig var ekki skortur á ást. Það var skortur á sameiginlegu tungumáli. Og tungumál er hægt að læra."

Kafli 7: Frá sundurliðun til byltingar (A Glimt Ahead)

Settu sviðið fyrir restina af bókinni:

- Þessi kafli er ekki endirinn – hann er dyrnar.
- Þú hefur borið kennsl á **mynstur miseldingar**—nú byrjar verkið að afkóða það.
- Eftirfarandi kaflar munu:
  - Hjálpaðu þér að skilja taugagerð þína og maka þíns.
  - Byggja verkfæri og aðferðir fyrir ósvikin, sjálfbær samskipti.
  - Styðjið þig við að lækna fyrri sár og skapa nýja helgisiði um tengsl.

Lokaæfing: „Síðasta baráttan" íhugunarboð

Taktu þér 5–10 mínútur til að skrá eftirfarandi dagbók:

- Hver var síðasta stóra rifrildið eða misskilningurinn sem þú áttir við maka þinn?
- Hvaða orð eða athafnir komu því af stað?
- Þegar litið er til baka, voru taugavíkjandi eiginleikar að ræða - skynjunarálag, bókstafshugsun, hvatvísi o.s.frv.?
- Hvað þurftir þú sem þú fékkst ekki?
- Hvað gæti maki þinn hafa þurft en gat ekki tjáð?

Markmið kafla:
Til að hjálpa lesendum að velta fyrir sér hvernig *ógreind* eða *misskilið* taugavíkjandi eiginleikar - eins og ADHD hvatvísi, einhverfur bókstafstrú, skynnæmi eða stjórnunarvandamál - geta hljóðlega rýrt samband. Þessi kafli ýtir undir **sjálfsvitund**, minnkar **kenna**, og leggur grunninn að **samúðarfull samskipti** með því að skipta um rugling fyrir skýrleika.

Kafli 1: Ósýnilegi fleygurinn
"Við vorum ekki að reyna að meiða hvort annað. Við vissum bara ekki hvað við vorum að fást við."
Þessi hluti opnar með einföldum sannleika: Flest pör - sérstaklega þegar annar eða báðir makar eru taugavíkjandi - átta sig ekki á því hvað er að fyrr en skaðinn hefur þegar verið skeður. Bardagarnir, fjarlægðin, vaxandi gremja – það er persónulegt, tilfinningalegt, jafnvel fjandsamlegt.
En undir yfirborðinu er oft þögull þriðji aðili að verki: **ógreint eða misskilið taugavíkkun.**
Algeng dæmi:

- Félagi með **ógreind ADHD** gleymir stöðugt verkefnum, missir af stefnumótum og skilur verk eftir hálfkláruð. Félagi þeirra lítur á það sem „kæruleysi" eða „virðingarleysi," ekki heila-undirstaða áskorun með framkvæmdastarfsemi.
- Félagi með **ógreind einhverfa** forðast augnsamband, þarfnast einmanatíma eftir félagslega viðburði eða gefur hreinskilnislega endurgjöf. Maka þeirra finnst hann ekki elskaður, hunsaður eða gagnrýndur.

- Hvorugur maki veit að þessi hegðun er **taugafræðilega drifið**, ekki siðferðisbrestur.

✅ **Hugleiðing:**

Hugsaðu um eitt endurtekið vandamál í fyrri eða núverandi sambandi þínu. Er hugsanlegt að taugafræðilegur munur - ekki persónuleikagalli - gæti verið að stuðla að því?

Hluti 2: Að skilja hvað fór óséð

1. Goðsögnin um „venjulegt“

- Mörg pör ganga í sambönd með forsendur um hvernig ást „ætti“ að líta út:
  - o Stöðugt textaskil.
  - o Tilfinningaleg hlýja.
  - o Líkamleg ástúð.
  - o Að muna afmæli eða „bara vita“ hvað hinn þarfnast.
- En taugavíkjandi einstaklingar geta:
  - o Gleymdu að senda skilaboð vegna varanlegs hluta eða tímablindu.
  - o Barátta við tilfinningatjáningu.
  - o Líður ofviða af líkamlegri snertingu.
  - o Vantar skýrleika frekar en óljósar tilfinningalegar vísbendingar.

Þetta eru ekki merki um áhugaleysi - þau eru það **munur á vitrænni úrvinnslu og tjáningu.**

2. ADHD hvati og tilfinningalegt svipuhögg

- Hvatvísi ræðu ("Af hverju þarftu alltaf að vera svona dramatískur?") getur verið grimmur við maka.
- Að gleyma áætlunum getur verið eins og svik.
- ADHD félaginn finnur oft til gríðarlegrar sektarkenndar – en einnig ruglings.
- Þeir *meinti vel*—en heilinn hreyfðist hraðar en síurnar.

🧑‍♂ "Ég ætlaði ekki að orða þetta svona."
🧑‍♀ „En þú *gerði* segðu það — og það var sárt.
Þetta misræmi leiðir til hringrásar sársauka og afsökunar. Án þess að skilja taugafræðina eru báðir félagar fastir í lykkju.
3. Einhverfur bókstafstrú og tilfinningalegt samband
- Einhverfur maki gæti sagt: "Þú lítur út fyrir að vera þreyttur í dag," sem þýðir það í raun.
- Félagi þeirra heyrir: "Þú lítur illa út."
- Einhverfi maki glímir við myndlíkingar, kaldhæðni eða tilfinningalega hlaðið tungumál - og kann að virðast fjarlægur eða kaldur.
- Í sannleika sagt eru þeir oft mjög viðkvæmir, en óvart eða óvissir *hvernig* að tjá sig.

✅ **Lesendaráð:**
Ef maki þinn á í erfiðleikum með tón eða blæbrigði skaltu reyna að athuga ásetninginn áður en þú bregst við orðum. Segðu: "Hvað áttu við með því?" Það gæti komið þér á óvart hversu ólíkur tilgangurinn var frá túlkun þinni.

Kafli 3: Kostnaður við að vita ekki
Tilfinningalegur tollur:
- **Gremja** byggist upp þegar annar félaginn trúir því að hinum sé „bara sama".
- **Grímur** verður aðferð til að lifa af. Taugavíkjandi félagi gæti reynt að falsa taugatýpíska hegðun - á kostnað kulnunar og kvíða.
- **Sjálfsálitið þjáist**-báðir samstarfsaðilar byrja að innræta sök:
  - "Af hverju get ég ekki bara munað hlutina?"
  - „Af hverju er mér alltaf kennt um allt?
  - „Af hverju finnst ástinni vera svona mikil vinna?

Lykilhugtak:

Vandamálið er ekki karakterinn þinn. Vandamálið er oft a *falið misræmi milli þarfa og stíla*— og það er hægt að skilja þau og vinna með.

Tollur sambands:

- **Óljós mynstur** koma fram. Slagsmál virðast koma úr engu.
- Einn félagi gæti byrjað að **tilfinningalega hörfa**; hitt gæti ofvirkað eða reynt að stjórna.
- Líkamleg nánd getur minnkað vegna misskilnings á **skynþarfir**, **tilfinningaleg lokun**, eða **tímamismunur**.

Kafli 4: Hvernig samfélagið heldur okkur í myrkrinu

- Margir fullorðnir verða ógreindir vegna þess að taugabreytilegir eiginleikar eru rangir fyrir:
  - Leti.
  - Dónaskapur.
  - Flaki.
  - Ofnæmi.
- Konur, litað fólk og einstaklingar sem ekki eru tvíburar eru sérstaklega líklegir til að vera það **litið framhjá eða ranglega greind**, þar sem einkenni þeirra koma oft öðruvísi fram en staðalímynda hvíta, karlkyns-greinda líkanið.

„Ef ég hefði vitað að þetta væri einhverfa, hefði ég ekki eytt svo löngum tíma í að hugsa um að ég væri niðurbrotinn. — Nafnlaus vitnisburður

Algengar rangar merkingar:

Eiginleiki	Misskilið As	Gæti reyndar verið
Tilfinningaleg lokun	Kuldi	Einhverfur skynjunar/tilfinningalegt ofhleðsla
Að trufla	Dónaskapur	ADHD hvatvísi
Forðast verkefna	Leti	Vanstarfsemi stjórnenda
Þarf einn tíma	Höfnun	Félagsleg þreyta
Næmi fyrir ljósum/hljóðum	Drama	Skynvinnslu vandamál

✅ **Staðfesting fyrir lesanda:**

„Þú varst ekki of mikið eða ekki nóg *óséður* í taugagerð þinni. En núna færðu að endurskrifa söguna með þeirri þekkingu.“

Kafli 5: Breyting á linsu—Frá átökum til skýrleika

Þetta er hvetjandi hjarta kaflans: að hjálpa lesendum að endurskipuleggja fyrri baráttu sem *misskilið taugavíkjandi eiginleika* í stað persónulegra eða samskiptabrests.

GAMLA SAGA:

„Við gátum ekki látið það virka vegna þess að við vorum ósamrýmanleg.

NÝ SAGA:

"Við vissum ekki að við værum með mismunandi raflögn - og enginn kenndi okkur nokkurn tíma hvernig á að tala tungumál hvers annars."

Hvað breytist þegar þú veist:

- Gleymt afmæli er ekki höfnun - það er tímablinda.
- Snilldar athugasemd er ekki grimmd - það er hvatvísi.
- Afturköllun er ekki refsing - það er sjálfstjórn.

Skilningur afsakar ekki alla hegðun, en það **skapar rými fyrir samúð**, mörk og breytingar.

✅ **Reframe æfing:**

Veldu 3 hegðun sem þú notaðir til að taka persónulega.

Spyrðu þig nú:

- Hvaða heila-undirstaða skýring gæti verið?
- Hvað myndi breytast ef þú sæir það þannig?

Hluti 6: Raunveruleikamyndir fyrir hjón (stutt dæmi)

Tilfelli 1: ADHD og „flaky" félaginn

Lena sagði í sífellu að félagi hennar Jordan væri „ekkert sama" – hann mundi aldrei eftir hádegisdeitunum hennar eða gleymdi alltaf uppáhalds teinu hennar. Jordan, sem greindist með ADHD 31 árs, byrjaði að nota dagatalsáminningar og sameiginlegan skipuleggjanda. Þegar Lena skildi tímablindu, hætti hún að innræta hana - og byrjaði að meta **fyrirhöfn**, ekki fullkomnun.

Tilfelli 2: Einhverfur bókstafstrú og tilfinningalestur

Sam (einhverfur) sagði aldrei „ég elska þig" eftir fyrstu mánuðina. Jamie varð sífellt kvíðari. Þegar þau hófu meðferð komst Jamie að því að leið Sams til að sýna ást var í matreiðslu, þjónustu og gæðastundum. Sam byrjaði að læra handrit til að tjá sig munnlega – og Jamie hætti að bíða eftir „Ég elska þig" í aðeins einni mynd.

Kafli 7: Samúðarfullt til baka

Bjóddu lesendum að *endurskoða fyrri átök þeirra* eða jafnvel brot þeirra með nýrri linsu - ekki til að opna sár aftur, heldur til að lækna þau með skilningi.
"Okkur mistókst ekki. Við byrjuðum ekki einu sinni alveg - við vissum ekki hvað við vorum að fást við."
Hvetja til fyrirgefningar - fyrir sjálfa sig og maka sinn. Markmiðið er ekki að afsaka skaða, heldur að manngreina misskilninginn.

Hluti 8: Fyrsta skrefið fram á við—að verða forvitinn

Þessum kafla lýkur með breytingu frá eftirsjá yfir í forvitni. Nú þegar þú veist að taugavíkjandi eiginleikar gætu hafa verið þögul áhrif, ertu í öflugri stöðu.
Hvet lesendur til að:

- **Rannsóknir** þeirra eigin og hugsanlegra taugagerða maka sinna.
- **Talaðu opinskátt** um mynstur sem voru ekki skynsamleg áður.
- **Notaðu verkfæri** (kemur í síðari köflum) til að styðja muninn frekar en að eyða þeim.

✅ **Gátlisti fyrir næstu skref:**

- Gerðu lista yfir hegðun sem þú eða maki þinn hefur átt í erfiðleikum með.
- Skrifaðu við hvern: "Gæti þetta tengst ADHD, einhverfu eða skynjunarvandamálum?"
- Spyrðu: "Hvernig myndi stuðningur líta út hér, ekki sök?"

Lokahvetning

Þú vissir ekki það sem þú vissir ekki.

En núna?
Þú ert að læra.
Þú ert að sjá aftur.
Og þú ert ekki einn.
"Það er ekki of seint að skilja hvernig ást lítur út þegar þú talar tungumál heilans - og það er ekki of seint að elska öðruvísi."

Markmið kafla:
Til að hjálpa lesendum að bera kennsl á og skilja hvernig **taugavíkjandi samskiptastíll** eru oft frábrugðnar taugatýpískum væntingum - sem leiðir til ranglestrar vísbendinga, óuppfylltar þarfir og tilfinningalegt sambandsleysi. Þessi kafli útskýrir hvernig algeng hegðun eins og snerting, flat áhrif, truflanir eða oforða tjáning eru ekki persónuleikagallar - heldur taugafræðilegur munur á samskiptum. Lesendur munu öðlast meðvitund, samkennd og raunhæfa innsýn til að sigla betur og meta samskiptastíl þeirra og maka þeirra.

Inngangur: Þegar ástin týnist í þýðingunni
"Við vorum að tala, en ekki tengst. Það var eins og við töluðum mismunandi mállýskur á sama tungumáli - og enginn átti þýðanda."
Þegar við tölum um samskiptarof í samböndum, einblínum við oft á „hvað“: það sem var sagt, hvað var ekki sagt eða það sem hefði átt að segja.
En í taugafjölbreytilegum samböndum - þar sem annar eða báðir félagar kunna að hafa **einhverfu**, **ADHD**, eða öðrum taugavíkjandi eiginleikum - áskorunin er ekki bara innihald samskiptanna. Það er **stíll, hrynjandi og túlkun** af því.
Líkt og einhver sem talar ensku með amerískum hreim gæti átt í erfiðleikum með að skilja fullkomlega einhvern sem talar ensku með þykkum skoskum brogue, þá eru taugavíkkandi samskipti ekki röng - það er bara **öðruvísi**.

Kafli 1: Skilningur á taugavíkjandi samskiptastílum

1. Flat áhrif ≠ Skortur á tilfinningum

Taugavíkjandi maki getur:

- Talaðu eintóna rödd.
- Sýndu lítinn svipbrigði.
- Barátta við augnsamband.

Fyrir taugadæmdan maka gæti þetta verið eins og áhugaleysi eða kuldi.

En raunveruleikinn?

- Flat áhrif eru algeng hjá einhverfu.
- Það endurspeglar ekki skort á tilfinningu - það endurspeglar a **munur á tjáningu**.

🧠 „Mér finnst djúpt — ég bara geri það ekki *sýna* það er eins og þú býst við."

✅ **Lesendainnsýn:**

Ekki gera ráð fyrir tilfinningalegri fjárfestingu einhvers sem byggist á tóni eða svipbrigðum. Spyrðu í staðinn: *"Hvernig líður þér núna?"*

---

2. Hlutir og „Tala í hringi"

Margir taugavíkjandi einstaklingar - sérstaklega þeir sem eru með ADHD eða einhverf hugsunarmynstur - hafa samskipti **ólínulega**. Þetta getur hljómað eins og:

- Langar og hnyttnar sögur.
- Margar „kanínuleiðir".
- Stökkva efni án viðvörunar.
- Það tekur eilífð að „komast að efninu".

Fyrir maka sem býst við stuttum, beinum samskiptum finnst þetta óreiðukennt eða pirrandi.

En hvað er að gerast taugafræðilega?

- **ADHD heili** tengjast frjálslega og hratt.

- **Einhverfir hugarar** hafa oft samskipti á lagskipt og nákvæman hátt - forgangsraða samhengi og nákvæmni.

🙍‍♂️ "Ef þú leyfir mér bara að klára alla söguna, þá mun það meika sens!"

🙍‍♀️ „En ég er týnd eftir seinni setninguna!"

Ábending um hvatningu:

Í stað þess að skera af snerti, **spurðu maka þinn hvort það sé í lagi að honum sé vísað varlega áfram.** Eða notaðu setningu eins og: "Geturðu hjálpað mér að fylgja þessum hluta?"

---

3. Að trufla eða „hlusta ekki"

ADHD heili oft:

- Rjúfa miðja setningu.
- Kláraðu hugsanir annarra.
- Barátta við að bíða eftir að röðin komi að þeim í samtali.

Einhverfir einstaklingar geta:

- Virðist vera of hreinskilinn eða sakna þegar einhver vill tala.
- Ræddu í löngu máli um sérstakt áhugamál, ókunnugt um afnám maka.

Þetta skapar gremju:

- Einn félagi finnst **talaði um.**
- Hinum finnst **svekktur yfir því að vera sagt að „bíða"** þegar heilinn er yfirfullur.

🧠 Þetta er ekki kraftaleikur. Það er heili sem reynir að halda í hugsanir áður en þær hverfa - eða að reyna að tjá djúpa spennu.

✅ **Hagnýt ráð:**

Notaðu samþykkt „hlé orð" (t.d. „Haltu því") til að hjálpa báðum aðilum að finnast þeir heyrast. Og búðu til „taltíma" glugga þar sem báðir geta deilt án truflana.

4. Bókstafshugsun og tilfinningaleg vísbendingar sem hafa verið sleppt

Einhverfir makar oft:

- Taktu orð bókstaflega.
- Sakna kaldhæðni, brandara eða falinna merkinga.
- Barátta við tónbreytingar.

Þetta leiðir til ruglings eða tilfinningalegrar meins. Dæmi:

- Félagi A: "Allt í lagi. Ég býst við að ég geri allt sjálfur þá." *(kaldhæðni)*
- Félagi B (einhverfur): "Allt í lagi, ég ætla að hvíla mig þá." *(bókstaflega)*

Niðurstaðan? Manni finnst hann yfirgefinn. Hinn er ruglaður hvers vegna heiðarleg túlkun þeirra olli reiði.

Þessi aftenging er þreytandi — en hægt að laga.

✅ **Stefna:**

Notaðu beint orðalag þegar tilfinningalega hluti er mikill. Segðu: „Ég er óvart og þarf hjálp" í stað kaldhæðni eða ábendinga.

Kafli 2: Hringrás misskilnings

Án þess að skilja taugavíkkandi samskipti falla par í sársaukafullt mynstur:

Neurodivergent hegðun	Litið sem	Tilfinningalegur árangur
Flat áhrif	Áhugaleysi	Sár, höfnun
Tangents	Rölt	Aftenging
Að trufla	Virðingarleysi	Reiði
Bókstafleg svör	Kuldi	Einmanaleiki

Neurodivergent hegðun	Litið sem	Tilfinningalegur árangur
Einræði	Sjálfsupptaka	Gremja

Þessar túlkanir verða að viðhorfum. Viðhorf harðna í gremju. Og samskiptaveggurinn stækkar.

❌ "Honum er alveg sama."

❌ "Hún hlustar aldrei."

❌ „Mér finnst ég alltaf vera misskilinn“

En þetta eru **túlkaðar merkingar**, ekki sannleika. Þegar þú skiptir um linsu breytir þú sögunni.

Kafli 3: Hlutverk skynjunar- og úrvinnslumuna

Samskipti eru meira en orð. Taugavíkjandi einstaklingar geta einnig glímt við:

- **Málefni heyrnarúrvinnslu** (þarf auka tíma til að túlka það sem heyrist).
- **Skynjun ofhleðsla** meðan á samtölum stendur (lýsing, bakgrunnshljóð, lykt).
- **Forðast snertingu við augu**, sem getur valdið því að þeir virðast athyglislausir þegar þeir eru *meira* geta einbeitt sér án þess.

🧠 Það sem lítur út fyrir að vera afskipti getur í raun verið stefna fyrir **betri fókus**.

Ábending fyrir pör: Slepptu taugatýpískum væntingum um trúlofun (t.d. að halda alltaf augnsambandi) og spurðu maka þinn hvað *styður bestu hlustun þeirra.*

Kafli 4: Gagnkvæm gremja, gagnkvæm mannúð

Báðir félagar upplifa:

- **Gremja**: "Af hverju talarðu ekki við mig eins og venjulega manneskju?"

- **Þreyting**: "Af hverju er hvert samtal jarðsprengja?"
- **Einmanaleiki**: "Mér finnst ég hvorki sjá né heyra."

Það er mikilvægt að lesendur viti: þessi viðbrögð eru það **manna.** Og þeir fara **báðar leiðir**.

💬 Frá taugavíkjandi maka:

"Það er sárt þegar þú lætur eins og minn málflutningur sé rangur. Ég reyni mikið."

💬 Frá taugatýpískum maka:

"Mér finnst ég vera útilokaður þegar ég get ekki tengst þér tilfinningalega."

Markmiðið er ekki að velja einn samskiptastíl fram yfir annan - það er að gera það **aðlagast gagnkvæmt, læra og staðfesta**.

Kafli 5: Að brúa bilið — Verkfæri og aðferðir

1. Meta-Communication

Kenna pörum að *tala um* hvernig þeir tala.

Tilkynningar:

- "Hvað lætur þig heyra?"
- "Hvernig get ég sagt þegar þú ert óvart?"
- "Viltu frekar senda skilaboð eða tala þegar tilfinningarnar eru miklar?"

🔧 Búðu til „notendahandbók“ fyrir samskiptaþarfir hvers annars.

---

2. Stilltu Hreinsa merki

Ef maki er í eintölum þegar hann er kvíðinn eða spenntur skaltu samþykkja blíðlegt merki:

- Rétt upp hönd.
- Að slá á borðið.
- Að segja "Hafa til að anda?"

Þetta hjálpar til við að forðast tilfinningar um höfnun eða stjórn á meðan þú býrð til pláss.

---

3. Notaðu sjónræn eða skrifleg verkfæri

Margir taugavíkjandi einstaklingar vinna betur með því að skrifa eða myndefni.

Prófaðu:

- Skráðu tilfinningar áður en þú ræðir þær.
- Að skrifa bréf til að útskýra hugsanir.
- Að nota sjónkort fyrir erfiðar tilfinningar (eins og „mér er ofviða" eða „Ég þarf tíma til að hugsa").

---

4. Samræma vinnslutíma

Ekki búast við tafarlausum viðbrögðum við tilfinningalega flóknum samtölum. Taugavíkjandi einstaklingar þurfa oft:

- **Tími til að afkóða tungumál.**
- **Rými til að vinna úr tilfinningum.**
- **Hlé frá augnsambandi eða skynjun.**

✅ Komdu á norminu: „Það er allt í lagi að gera hlé á þessu og koma aftur að því þegar okkur er stjórnað.

Kafli 6: Hvetjandi endurramma

Þessum kafla lýkur með öflugri breytingu: hvað ef „vandamál" þín í samskiptum eru í raun ónýttir styrkleikar?

Áskorun	**Reframed As**
Tangents	Djúp hugsun og sköpunarkraftur
Bókstafstrú	Heiðarleiki og skýrleiki
Flat áhrif	Tilfinningastjórnun
Að trufla	Ástríða og brýnt

Áskorun	Reframed As
Einræði	Ríkur innri heimur

Þegar báðir aðilar vinna að því að skilja, aðlagast og meta samskiptastíl hins, verður það sem einu sinni fannst eins og hávaði að **sameiginlegt tungumál** af samúð og forvitni.

Hugleiðingar fyrir lesendur:

1. Hvaða af þessum samskiptaeiginleikum þekkir þú hjá sjálfum þér eða maka þínum?
2. Hvernig hafa þessir eiginleikar valdið misskilningi eða skaða?
3. Hvernig gætirðu endurskipulagt einn eiginleika í dag - frá vandamáli yfir í mismun?
4. Hvað er eitt sem þú gætir reynt í þessari viku til að bæta skýrleika í samskiptum?

Staðfesting um að loka kaflanum:

„Við erum ekki niðurbrotin. Við tölum bara á þann hátt sem heimurinn hefur ekki kennt okkur að heyra.

En núna — við erum að læra. Og með því námi byggjum við upp tengsl.“

4. KAFLI: KENNALEIKURINN

Tilgangur kafla:
Til að kanna hvernig tilfinningaleg truflun, rangtúlkun á taugavíkjandi hegðun og innbyrðis fordómar geta kynt undir sökahringum í samböndum taugafjölbreytileika. Þessi kafli hjálpar lesendum að viðurkenna rætur sök, taka upp sársaukann á bak við hana og þróa ábyrgðartæki sem byggjast á skilningi - ekki skömm.

Inngangur: "Það er þér að kenna ... er það ekki?"
"Af hverju lokarðu alltaf þegar ég þarfnast þín?"
"Þú hlustar aldrei - þú bara springur og hverfur!"
"Ég get ekki haldið áfram að ganga á eggjaskurnum!"
Þetta eru hljóð um samband undir umsátri - ekki bara vegna átaka, heldur ruglings.
Þegar taugabreytilegir eiginleikar - eins og tilfinningaleg ofgnótt, hvatvísi eða lokun - misskiljast, eru þeir oft **persónulega**: annar maki lítur á hegðun hins ekki sem taugafræðilega, heldur sem ásetning.
Eftirfarandi er hringrás:

- **Ásaka**
- **Vörn**
- **Skömm**
- **Tilfinningaleg afturköllun**

Í samböndum taugafjölbreytileika getur þessi hringrás verið hrikaleg - sérstaklega þegar hún er samsett með **innbyrðis fordómar**, ólæknuð áföll og hörð merki samfélagsins.
Þessi kafli miðar að því **rjúfa sök lykkjuna**— og skipta um það með vitund, reglusetningu og náð.

Kafli 1: Þegar tilfinningar verða heitar - Skilningur á tilfinningalegri vanstjórnun

Hvað er tilfinningaleg vanstjórnun?

Tilfinningaleg vanstjórnun vísar til erfiðleika við að stjórna sterkum tilfinningum, og það er það **algengt hjá bæði einhverfu og ADHD**.

Taugavíkjandi einstaklingar geta:

- Farðu úr rólegu yfir í óvart á nokkrum sekúndum.
- Gráta, öskra eða leggja niður þegar tilfinningar aukast.
- Barátta við að jafna sig fljótt eftir tilfinningalega atburði.
- Finnst skömm eftir þætti en veit ekki hvernig á að útskýra þá.

Fyrir maka þeirra getur þetta verið eins og:

- **Að vera blindaður**.
- **Gengið á eggjaskurn**.
- **Spurning hvort tilfinningaleg viðbrögð séu „réttlætanleg“.**

En þessi tilfinningalegu viðbrögð eru oft **taugafræðilega drifið**, ekki dramatískt eða manipulativt.

Innsýn: Tilfinningastjórnun er ekki siðferðileg færni - það er taugafræðileg getu. Og fyrir taugavíkjandi fólk er þessi hæfileiki oft *öðruvísi*, ekki *gölluð*.

Kafli 2: Hvernig ásakan hefst

Keðjuverkun rangtúlkunar:

1. **Taugavíkjandi eiginleiki birtist**
   - o Dæmi: Einn félagi verður oförvaður meðan á rifrildi stendur og slokknar.
2. **Hinn samstarfsaðilinn sérsniður hegðunina**
   - o "Þú hunsar mig."

- "Þér er bara alveg sama."
- „Maður skoðar alltaf þegar hlutirnir verða raunverulegir.

3. **Ásökun er úthlutað**

- Litið er á hegðunina sem galla, val eða tilfinningalegan vanþroska.
- Reiði byggist upp. Gremja kalkar.

4. **Vörn eða skömm er sett af stað**

- Taugavíkjandi félagi ver, dregur sig frá eða brotnar niður.
- Þeim sem kennir um finnst hann óheyrður eða ógildur.

Og þannig heldur lykkjan áfram.

Kafli 3: Falið vægi innrætts stigma

Þessi kafli fjallar líka um það sem lifir **fyrir neðan** sökin - sérstaklega fyrir taugavíkjandi einstaklinga:

- **"Af hverju get ég ekki bara verið eðlileg?"**
- **"Af hverju eyðilegg ég alltaf hlutina?"**
- **"Ég hata að ég get ekki stjórnað mér."**

Þetta eru ekki bara hugsanir - þetta eru ör. Mörgum taugavíkjandi fólki er sagt að þeir séu:

- Of mikið.
- Of hátt.
- Of viðkvæmt.
- Of kalt.
- Of tilfinningaríkt.
- Ekki nóg.

Svo þegar sök kemur inn í sambandið, þá **virkjar djúpa skömm.**

🙍 „Ég er ekki bara að klúðra — ég *am* ruglið."

Hvernig innbyrðis stigma birtist í samböndum:

- Forðast átök (til að koma í veg fyrir bráðnun eða lokun).

- Stöðugt að biðjast afsökunar, jafnvel þegar ekki er um að kenna.
- Hlutlaus þögn meðan á rökræðum stendur.
- Trú á að maður sé „heppinn" að einhver myndi vera áfram.

Þessi sjálfsásökun getur **spegla og stækka** utanaðkomandi sök sem maki setur - sérstaklega sá sem skilur ekki enn taugabilun.

Kafli 4: Hin hliðin - Taugatýpísk reynsla af sök

Þessi kafli staðfestir einnig reynslu taugadæmdra maka, sem oft finnst:

- Tilfinningalega yfirgefin við lokun.
- Ráðist á óreglulegar stundir.
- Rugla í öfgakenndum viðbrögðum við „smáhlutum".
- Ber ábyrgð á að stjórna tilfinningum taugavíkjandi maka.

Án skilnings geta þeir byrjað að:

- Ofvirkni (ganga á eggjaskurn, fólk-vinsamlegast).
- Vanvirkni (hjá okkur, losna tilfinningalega).
- Móðga, kenna eða jafnvel foreldri maka sínum.

Þessi hegðun kemur frá sársauka, ekki grimmd - en án verkfæra breytist sársauki í **ásökun** og hlutverk festast í sessi.

! Ásökunin er ekki einhliða. Báðir félagar geta fallið í það. Og bæði verða að læra að stíga út.

Kafli 5: Hvers vegna við kennum — sálfræðin á bak við það

Þessi hluti kynnir **sálrænar rætur sök**:

- Það gefur okkur tilfinningu fyrir stjórn.
- Það verndar okkur fyrir varnarleysi.

- Það gefur skýrleika þegar við erum gagntekin af rugli.

En í samböndum - sérstaklega taugafjölbreytilegum - kemur sök illa í staðinn fyrir samskipti.

🔍 Blame segir: "Það er þér að kenna."

✅ Forvitnin segir: "Hvað gerðist á milli okkar?"

✅ Samúð segir: „Getum við fundið út úr þessu saman?

Kafli 6: Frá sök til landamæra

Ásakan er oft ímynduð sem beiðni um landamæri.

Hvað ásakandi yfirlýsingar þýða í raun:

- "Þú ert alltaf að öskra á mig!" → *„Ég þarf að vera öruggur þegar við deilum.*
- "Þú hlustar aldrei!" → *„Ég þarf að finnast ég heyra og skilja.*
- "Þú ert svo kaldur og vélmenni!" → *„Ég sakna þess að vera tilfinningalega tengdur þér.*

Þessi kafli leiðir lesendur í gegnum **endurskrifa sök sem þarfamiðuð samskipti**.

Dæmi:

Ásökun aryfirlýsing	**Endurgerð sem mörk eða þörf**
"Þú lokar alltaf!"	„Þegar þú þegir finnst mér ég vera yfirgefin. Getum við komist að samkomulagi um merki eða tímaramma fyrir hvenær við munum tengjast aftur?"
"Þú springur yfir engu!"	„Ég þarf á okkur að halda rólegri samtöl. Getum við gert hlé þegar hlutirnir stigmagnast og koma aftur þegar við erum bæði með eftirlit?"

Ásökun aryfirlýsing	**Endurgerð sem mörk eða þörf**
"Þér er alveg sama hvernig mér líður!"	„Mig langar að finna fyrir tilfinningalegum stuðningi. Getum við kíkt reglulega inn á hvort annað?“

Kafli 7: Ábyrgð án skammar

Einn erfiðasti en mest græðandi hluti samskipta taugafjölbreytileika er að læra þennan sannleika:

🧠 **Taugabilun þín útskýrir hegðun þína. En það leysir þig ekki undan ábyrgð.**

Þessi kafli kennir:

- Munurinn á milli **skýringu** og **afsökun**.
- Hvernig báðir félagar geta verið **ábyrgur** án þess að skammast sín.
- Hvernig á að búa til sameiginlegt tungumál í kringum rof og viðgerðir.

Dæmi um verkfæri:

- **Brot og viðgerðarforskriftir**: "Mér varð ofviða. Ég lokaði. Þetta var ekki sanngjarnt við þig. Ég er tilbúinn að tala núna."
- **Innritunarspurningar**: „Er þetta góður tími til að segja frá því hvernig þetta augnablik fannst mér?
- **Sjálfseftirlitssamningar**: Hver félagi telur upp 3 atriði sem hjálpa þeim að stjórna meðan á átökum stendur.

Kafli 8: Græða sökasárið - saman

Ásökun þrífst í samböndum þar sem:

- **Óuppfylltar þarfir**

- **Ósagður ótti**
- **Misskilin hegðun**

Mótefnið er **róttækan skýrleika** og **gagnkvæma samúð**.

Skref til lækninga:

1. **Þekkja ásakanirnar**

Spyrðu: Hvaða augnablik veldur því að ég kenni mér um eða finnst mér kennt um?

2. **Nefndu mynstrið, ekki persónuna**

Segðu: "Ég tek eftir því að þegar X gerist, þá föllum við báðir inn í Y-dýnamík."

3. **Viðurkenna sársauka án þess að beita honum vopn**

„Sú stund særði mig" ≠ „Þú ert slæmur félagi."

4. **Notaðu „við" tungumálið**

„Við viljum bæði líða örugg í átökum. Við skulum finna leið."

Kafli 9: Sjálfshugleiðingar

Hver kafli endar með dagbókarfærslu eða samræðum um hjónabönd.

1. Hvenær kenna ég oftast maka mínum um? Hvaða tilfinningar eru undir þeirri sök?
2. Hverjir eru tveir taugavíkjandi eiginleikar sem ég eða maki minn hef sem ég hef tilhneigingu til að sérsníða?
3. Hvaða hlutverki gegnir skömm í því hvernig ég bregst við átökum?
4. Hvaða þörf hef ég verið að lýsa sem sök?
5. Hvernig myndi ábyrgð líta út í sambandi mínu ef hún ætti rætur í góðmennsku?

Staðfesting um að loka kaflanum:

„Við erum ekki óvinir - við erum að læra hvernig á að hætta að berjast við sársaukadrauga og byrja að sjá hvort annað skýrt.
Við erum ekki brotin. Við erum ekki saknæm.
Við erum þess verðug að vera skilin – og að skilja okkur sjálf.“

Tilgangur kaflans
Til að hjálpa lesendum að skilja hvernig hegðun eins og lokun, bráðnun og tilfinningalegt forðast - algengt hjá taugavíkjandi einstaklingum - er oft rangtúlkað í samböndum. Þessi kafli sundurliðar vísindin á bak við þessa hegðun, kynnir hugtakið **taugamótun**, og býður upp á hagnýtar leiðir til að skapa öryggi og tengingu í stað tilfinningalegrar fjarlægðar.

Upphafshugsun: „Þú talar aldrei við mig lengur“
"Þú sleppir því bara. Þú starir á vegginn eins og ég sé ekki til."
„Þegar hlutirnir verða erfiðir þegirðu. Það er eins og ég sé að tala við draug.
"Ég get ekki haldið áfram að eiga samtöl með þögn þinni."
Í þögninni eftir rifrildi, eftir tilfinningabylgju, eftir misskilning, glatast eitthvað – ekki bara orð, heldur tengsl, traust og oft von.
Fyrir mörg pör - sérstaklega þau þar sem annar eða báðir makar eru taugavíkjandi - er þögn ekki bara óþægileg. **Það líður eins og yfirgefa.**
En fyrir taugavíkjandi maka, **þögn er ekki flótti. Það er lifunarkerfi.**
Þessi kafli fjallar um **hvað gerist þegar þögn verður að vegg — og hvernig á að taka hana varlega í sundur.**

Kafli 1: Skilningur á lokun, forðast og bráðnun

Margir taugavíkjandi einstaklingar (sérstaklega þeir sem eru með einhverfu eða ADHD) upplifa:

- **Lokanir** - Taugakerfið fer í frostham. Þú getur ekki talað. Þú getur ekki svarað. Líkami þinn er til staðar en hugurinn er á undanhaldi.
- **Forðast** - Þú óttast að verða óvart eða meiða einhvern, svo þú yfirgefur samtöl, forðast kveikjur eða skiptir um umræðuefni.
- **Bráðnun** - Mikil tilfinningalegt eða skynjunarálag leiðir til gráts, öskrar eða flótta úr herberginu. Það kann að virðast árásargjarnt, en það er tegund af vanlíðan, ekki meðferð.

Fyrir samstarfsaðila sem ekki kannast við þessi svör geta þau litið út eins og:

- Afskiptaleysi
- Steinsmíði
- Hlutlaus-árásargirni
- Tilfinningaleg fjárkúgun

En hér er sannleikurinn:

Þetta eru **ósjálfráð viðbrögð taugakerfisins**, ekki útreiknuð hegðun.

Kafli 2: Taugakerfið er ekki rökrétt - það er verndandi

Taugakerfi okkar eru tengd til að greina hættu—**raunverulegt eða skynjað**. Og þegar eitthvað er óöruggt, þá virkar líkaminn áður en heilinn getur útskýrt.

Þetta hugtak er hluti af **Polyvagal kenning**, og það er mikilvægt í taugavíkjandi samskiptum. Dr. Stephen Porges kynnti hugmyndina um **taugamótun**: hvernig líkamar okkar leita ómeðvitað eftir öryggi eða ógn.

Hvað er taugasótt?

- Það er það **ekki vitræn**. Það fer framhjá hugsun.

- Það metur raddblæ, svipbrigði, líkamsstöðu og umhverfi.
- Það túlkar merki - nákvæmlega eða ekki - og virkjar eitt af þremur stöðum:
    - **Öruggur/tengdur (samfélagsþátttaka)**
    - **Berjast/flug (hreyfanleg svörun)**
    - **Frysta/slökkva (stöðvunarviðbrögð)**

Fyrir taugavíkjandi einstaklinga, **taugamótun getur verið ofurnæm eða öðruvísi stillt**.

Dæmi:

- Upphleypt rödd gæti verið ógnandi, jafnvel þótt innihaldið sé rólegt.
- Andlitsdrættir og orð geta valdið skelfingu („Þú segir að þér líði vel en þú lítur út fyrir að vera reiður").
- Ofhleðsla skynjunar (t.d. björt ljós, hávaði, lykt) getur kallað fram lokun eða bráðnun, jafnvel við tilfinningalega hlutlausar aðstæður.

📌 **Lykilinnsýn:** Það sem lítur út eins og „að draga sig til baka" eða „forðast" getur í raun verið verndandi viðbrögð við skynjaðri ógn – jafnvel þótt sú ógn sé tilfinningaleg, ekki líkamleg.

Kafli 3: The Wall of Silence — Hvernig það skaðar báða samstarfsaðila

Fyrir taugatýpískan eða minna ólíkan maka:

- Þögn er eins og tilfinningaleg yfirgefa.
- Þeir túlka lokunina sem „þér er alveg sama".
- Þeir aukast oft eða þrýsta á um þátttöku - óviljandi versna lokunina.

Fyrir Neurodivergent Partner:

- Þeim finnst þeir vera óvart, frosnir eða tilfinningalega óöruggir.
- Þeir gætu í örvæntingu viljað svara en geta það ekki líkamlega.

• Þeir skammast sín fyrir að "mistakast" í samskiptum, sem leiðir til forðast í framtíðinni.

Það verður a **vítahringur**:

1. Einn slekkur á sér.
2. Hinn ýtir við eða bregst við.
3. Lokunin ágerist.
4. Traust rýrnar.
5. Óttast og forðast átök í framtíðinni.

Að lokum, **þögn verður að mynstri**, ekki bara augnablik.

Kafli 4: Bráðnun er ekki manipulation

Við skulum vera mjög skýr:

💥 Bráðnun er ekki það sama og reiðarslag. Það er ekki hannað til að fá athygli, stjórna einhverjum eða „vinna" bardaga.

Bráðnun verða þegar **tilfinningalegt, skynrænt eða félagslegt inntak fer yfir stjórnunargetu heilans**.

Ímyndaðu þér að reyna að halda aftur af bylgju með höndum þínum.

Einstaklingur í bráðnun getur:

- Gráta stjórnlaust.
- Öskra eða öskra.
- Flýja herbergið.
- Bang hluti.
- Hraða, rokka eða ákaft.

Þetta er **ekki um þig**— það snýst um **regluleysi**.

Í stað þess að refsa eða kenna maka um bráðnun, þurfum við að:

- Skildu viðvörunarmerki þeirra.
- Búðu til bataáætlanir fyrir bráðnun.
- Æfðu þig *samstjórn*-ekki árekstra.

Kafli 5: Hvers vegna þögn verður öruggari en að tala

Margir taugavíkjandi einstaklingar hafa lært:

- Tilfinningaleg viðbrögð þeirra verða misskilin.
- Orð þeirra eru tekin á rangan hátt.
- Tónn þeirra er gagnrýndur.
- Tilraunir þeirra til að útskýra gera bara illt verra.

Svo með tímanum, þeir:

- Segðu minna.
- Losaðu meira.
- Forðastu árekstra hvað sem það kostar.

En þessi þögn skapar sinn eigin skaða:

- Makanum finnst hann vera útilokaður.
- Tilfinningaleg nánd eyðist.
- Tenging er skipt út fyrir forsendur og gremju.

Þögn verður a **vegg**, ekki brú.

Kafli 6: Að byggja upp öryggismál

Til að brjóta þetta mynstur verða báðir samstarfsaðilar að skilja hvaða öryggi **lítur út fyrir** og **líður eins og** í taugafjölbreytilegu sambandi.

Öryggisbúnaður:

- Að hægja á samtölum.
- Sammála um óorðin merki (eins og hléspjald eða öruggt orð).
- Að virða skynþarfir (t.d. lítil ljós, lág rödd).
- Stöðlun á tímamörkum - ekki sem forðast, heldur þegar taugakerfið endurstillir sig.
- Að skapa sameiginlegan skilning á lokun sem samskipti, ekki höfnun.

Dæmi um samning:

„Ef eitthvert okkar er að leggja niður, getum við sagt: „Ég er í hámarki. Mér er annt um þetta samtal. Getum við komið aftur að því eftir hlé?“

Þetta heldur bandinu ósnortnu - jafnvel í þögn.

Kafli 7: Verkfæri til að sigla um lokun og bráðnun

1. Sjónræn samskiptahjálp

- Búðu til „tilfinningarkort“ með einföldum tilfinningum eða skynjunarástandi.
- Notaðu sjónræna tímamæla til að koma sér saman um lengd hlés.
- Notaðu tilfinningahjól eða líkamskort til að styðja við sjálfstjáningu.

2. Bráðnunarreglur

- Skrifaðu niður "Ef ég er að bráðna, hér er það sem hjálpar mér" lista.
- Taktu með skynþarfir: hljóðlátt herbergi, þrýstiteppi, engin augnsamband osfrv.
- Skoðaðu aftur eftir að ró hefur komið aftur - aldrei á meðan á bráðnun stendur.

3. Hlé takkinn

- Sammála um að annar hvor félaginn geti lent í myndlíkri „hlé“ í átökum.
- Búðu til helgisiði til að hætta með virðingu: t.d. haldast í hendur áður en þú stígur í burtu, ná augnsambandi, segja: "Ég er að koma aftur. Ég þarf bara tíma."

Hluti 8: Tengist aftur eftir veggnum

Að koma aftur eftir lokun eða bráðnun er jafn mikilvægt og hvernig þú tókst það í augnablikinu.

Skref til viðgerðar:

1. **Viðurkenndu aftengingu**
   - „Ég lokaði vegna þess að mér var ofviða.“
   - „Mér fannst ég vera útilokuð og særð.
2. **Staðfestu sambandið**
   - "Mig langar að vinna í gegnum þetta með þér."

o „Ég veit að þögn þín er ekki höfnun – hún er vernd.

3. **Endurbyggja hægt**

o Stutt, skýr innritun.

o Ekki krefjast fullkominna skýringa strax.

o Bjóða upp á nærveru, ekki þrýsting.

Kafli 9: Endurskrifa sögu þögnarinnar

Þögn þarf ekki að vera veggur. Það getur orðið merki.

Í stað þess að:

- "Þú talar aldrei við mig," reyndu: "Ég tek eftir því að þú þegir. Hvað er að gerast hjá þér á því augnabliki?"

Í stað þess að:

- „Þú springur bara," reyndu: „Hvað get ég gert til að hjálpa þér að líða öruggari þegar allt verður spennt?

Þögnin er ekki óvinurinn. **Rangtúlkun er.**

Þessi kafli endurspeglar þögn frá yfirgefningu til upplýsinga. Frá vegg í skilaboð.

Kafli 10: Íhugun og aðgerð

Dagbókartilkynningar:

1. Hvenær þegja ég (eða félagi minn)? Hvað leiðir venjulega til þess?
2. Hvernig túlka ég þögn í augnablikinu? Hvaða tilfinningar vekur það?
3. Hver er ein leiðin sem ég get boðið upp á öryggi meðan á lokun stendur?
4. Hvernig hef ég brugðist við bráðnun í fortíðinni? Hvað myndi ég vilja gera öðruvísi?
5. Hvaða samninga getum við búið til um endurtengingu eftir þögn?

Lokastaðfesting:

„Þögn mín er ekki fjarvera mín.
Bráðnun mín er ekki höfnun mín.
Hlé mitt er ekki mín refsing.
Það er tungumálið sem taugakerfið mitt talar þegar það getur ekki notað orð.
Og ég er að læra hvernig á að breyta veggjum í glugga — svo við sjáum hvort annað skýrt aftur.“

6. KAFLI: GREINING ER EKKI ÓHREINT ORÐ

"Merki eru ekki takmarkanir - þetta eru þýðingar. Greining skilgreinir þig ekki; hún hjálpar þér að skilja tungumálið sem þú hefur talað allt þitt líf."

kafli Tilgangur

Til að hjálpa lesendum að tileinka sér gildi þess að skilja taugatýpur þeirra - með formlegri greiningu, meðferð eða persónulegri könnun - og hvernig þessi innsýn getur orðið hlið að lækningu, samkennd og endurtengingu í samböndum. Kaflinn dregur úr leyndardómi óttans í kringum greiningu, tekur í sundur innri skömm og fagnar skýrleika sem upphaf sjálfssamkenndar og tengslaviðgerðar.

Kafli 1: Hvers vegna er oft óttast um greiningu

Margir einstaklingar - sérstaklega fullorðnir - standast greiningu eða kanna taugadreifingu af ástæðum sem eru djúpar rætur í ótta, fordómum eða skömm.

Algengur ótti er ma:

- „Ég vil ekki láta merkja mig"
- "Hvað ef ég er brotinn?"
- „Fólk mun koma öðruvísi fram við mig.
- "Hvað ef ég hef bara verið að koma með afsakanir allan tímann?"

Þessi ótti er skiljanlegur. Flest okkar ólumst upp í umhverfi þar sem mismunur var meinaður, ekki skilinn. Þar sem að vera „of viðkvæmur," „of há" eða „of ákafur" var mætt með háði, ekki samúð.

En hér er sannleikur sem endurmótar allt:

Greining segir þér ekki hvað er að þér. Það segir þér hvers vegna hlutirnir hafa verið svona erfiðir.

Hluti 2: Vendipunkturinn—Frá rugli til skýrleika

Þessi kafli opnar dyrnar að einni mikilvægustu breytingunni í hvers kyns taugavíkkandi sambandi: **að nefna hið óþekkta**.

Fyrir greiningu eða sjálfsskilning upplifa mörg pör:

- Langvarandi misskilningur.
- Skammarspíralar: "Af hverju get ég ekki bara verið eðlileg?"
- Gremja: "Af hverju geturðu ekki bara skilið mig?"
- Endurtekin átök í kringum sömu hegðun (t.d. truflun, lokun, tilfinningalega álag).

En þegar annar eða báðir félagarnir byrja að kanna taugagerð sína - annað hvort með formlegri klínískri greiningu eða sjálfsgreiningu byggða á eiginleikum og mynstrum - uppgötva þeir eitthvað kröftugt:

„Þetta var ekki persónulegt. Þetta var taugafræðilegt.

Þetta snýst ekki um að afvegaleiða ábyrgð. Það er um **samhengisfesta hegðun** sem einu sinni var litið á sem persónugalla.

Skyndilega:

- Að gleyma að fylgja eftir er ekki leti. Það er stjórnunarvandamál (ADHD).
- Að forðast augnsamband er ekki dónaskapur. Það er skynjunarofbeldi (einhverfa).

- Að trufla er ekki virðingarleysi. Það er hvatvísi eða erfiðleikar með vinnsluminni.
- Bráðnun er ekki meðferð. Þetta eru reglubrot.

Þessi breyting getur verið byltingarkennd.

Hluti 3: Ferðin í átt að greiningu (eða auðkenningu)

1. Formleg greining

Oft leitað í gegnum:

- Taugasálfræðilegt mat
- Sérfræðingar á einhverfu eða ADHD
- Geðheilbrigðisstarfsmenn þjálfaðir í taugadreifingu fullorðinna

Kostir:

- Klínísk skýrleiki
- Aðgangur að gistingu (í vinnu, skóla osfrv.)
- Staðfesting frá viðurkenndum aðilum

Áskoranir:

- Kostnaður og aðgengi
- Ranggreining, sérstaklega fyrir konur, BIPOC og seint greinda fullorðna
- Hliðargæsla og úrelt greiningarviðmið

2. Sjálfsgreining (sjálfsgreining)

Gerist oft í gegnum:

- Að lesa greiningarviðmið
- Horfa á lifandi reynslumyndbönd
- Að þekkja samkvæm mynstur alla ævi

Kostir:

- Styrkjandi og staðfestandi
- Hjálpar til við að komast framhjá kerfisbundnum hindrunum
- Ómar oft dýpra en klínísk merki

Áskoranir:

- Gæti vantað formleg stuðningskerfi

- Getur verið spurt af öðrum
- Hætta á innbyrðis svikaheilkenni („Er ég taugavíkjandi *nóg*?")

Lykilatriði: Hvort sem þú ert með pappírsgreiningu eða persónulega greiningu, það sem skiptir máli er innsýnin sem hún býður upp á - ekki formið sem það tekur á sig.

Kafli 4: Þegar báðir samstarfsaðilar læra taugagerðir sínar

Þetta ferli getur verið sannarlega umbreyting í samböndum.

- Einn félagi gæti uppgötvað að þeir hafa **einhverfu**-útskýrir margra ára skynjunaráskoranir, bókstafshugsun og félagslega þreytu.
- Hitt kann að afhjúpa **ADHD**-gera skilning á hvatvísi, gleymsku og tilfinningalegum styrk.

Allt í einu fatta þeir:

- Samskiptaárekstrar þeirra voru vegna **munur á taugagerð**, ekki skortur á ást.
- Tilfinningaleg fjarlægð þeirra var **ósamræmi í reglugerð**, ekki bilun.
- Rök þeirra voru **ómeðhöndluð einkenni**, ekki ósamrýmanleiki.

Að skilja taugagerðina þína er ekki endir á sambandi - það er endurfæðingin.

Það gerir báðum aðilum kleift að:

- Biðst afsökunar með innsæi.
- Fyrirgefðu með samhengi.
- Samskipti með stefnu, ekki sök.

Kafli 5: Frá skömm til sjálfssamkenndar

Flestir seint greindir eða nýgreindir fullorðnir taugavíkjandi hafa **ár — ef ekki áratugi — af skömm** innbyggt í sjálfsmynd þeirra.

Þú gætir heyrt sjálfan þig segja:

- „Ég hef alltaf verið of mikið“
- "Ég get ekki gert það sem allir aðrir geta."
- „Ég geri hlutina erfiðari fyrir alla.

En sannleikurinn er:

- Þú hefur verið að reyna að sigla um taugatýpískan heim með taugavíkjandi heila.
- Það sem lítur út eins og vanstarfsemi var í raun aðlögun.
- Heilinn þinn var ekki brotinn. Það starfaði á annarri tíðni.

Greining eða auðkenning býður upp á fyrsta leyfið sem margir hafa þurft **hættu að kenna sjálfum sér um**.

Þetta er þar **sjálfssamkennd hefst**.

Kafli 6: Hvernig greining styður sambandið

Með taugavíkjandi vitund geta pör:

- **Hættu að siðvæða hegðun** („Þú ert svo ábyrgðarlaus“) og byrjaðu að setja þau í samhengi („Þetta er truflun á framkvæmdastjórninni — við þurfum stuðningstæki.“)
- **Aðlaga umhverfið**, ekki manneskjuna (t.d. hávaðadeyfandi heyrnartól í stað þess að búast við algjörri þátttöku á háværum veitingastöðum)
- **Fagnaðu styrkleikum** eins og ofurfókus, sköpunarkraftur, tilfinningaleg dýpt og mynsturgreining
- **Búðu til sameiginlegt tungumál** í kringum þarfir, kveikjur og viðbrögð

Þessi skilningur verður að **tilfinningalega vinnupalla** sem ný nánd byggir á.

Kafli 7: Siglingar um misjafnar greiningar

Stundum fær annar maki greiningu á undan hinum. Eða annar er taugavíkjandi, hinn ekki.

Þetta ójafnvægi getur skapað núning - nema að nálgast það af forvitni og auðmýkt.

Ábendingar fyrir maka sem ekki er greindur:

- Ekki sjúka né níðast á.
- Lærðu um greininguna í gegnum *lifað reynsla*, ekki bara læknatextar.
- Staðfestu ferðina - jafnvel þó þú skiljir hana ekki til fulls.

Ráð fyrir nýgreindan maka:

- Deildu auðlindum sem hljóma persónulega (myndbönd, ritgerðir, teiknimyndasögur).
- Vertu þolinmóður við þinn eigin skilning.
- Ekki nota greiningu sem vörn - heldur sem linsu fyrir vöxt.

"Þetta er ástæðan fyrir því að ég barðist. Svona er ég að læra. Og þetta er það sem ég þarf núna."

Kafli 8: Endurskilgreining á eðlilegu

Greining þýðir ekki að þú sért núna óeðlilegur. Það þýðir að þú ert með kort.

Og með því korti:

- Þú getur hætt að ganga í hringi misskilnings.
- Þú getur hannað samband sem virkar *fyrir þig*, ekki bara *í kringum þig.*
- Þú getur smíðað helgisiði, venjur og samskiptatæki sem eru í takt við raunverulegar þarfir þínar - ekki álagðar hugsjónir.

Það er enginn samskiptastaðall sem hentar öllum.

Taugavíkjandi ást gæti litið öðruvísi út.

Það gæti hljómað öðruvísi.

Það gæti þurft fleiri vinnupalla.

En það getur verið jafn djúpt, heiðarlegt og heilagt.

Kafli 9: Æfingar til aðlögunar

1. Greining áhrif Reflection

Skrifaðu niður:

- Hvað þessi greining eða sjálfsmynd útskýrir um fortíð þína.
- Hvað það hjálpar þér að skilja um nútíð þína.
- Hvaða ótta eða sorg það vekur - og hvaða léttir það veitir.

2. Samtal samstarfsaðila

- "Hvað man þú eftir að hafa fundið fyrir greiningu/sjálfsuppgötvun?"
- "Hvað er eitthvað sem þú ert farinn að skilja um sjálfan þig núna?"
- „Hvernig myndi öryggi líta út fyrir þig, vitandi þetta um taugagerðina þína?

3. Sameiginleg áætlanagerð

Búðu til „taugaafviksupplýsta tengslaáætlun,“ þar á meðal:

- Samskiptabreytingar
- Skynjunarumhverfisþarfir
- Tilfinningarreglur
- Neyðarstöðvun/bræðslureglur
- Hátíð styrkleika og helgisiði til stuðnings

Lokastaðfesting:

„Ég er ekki bilaður. Ég er með annan snúning - og núna skil ég hvernig.

Þessi greining dregur ekki úr mér. Það styrkir mig.

Með því að vita hver ég raunverulega er, veit ég loksins hvernig á að elska frjálsari, eiga skýrari samskipti og tengjast betur - við sjálfan mig og við maka minn.

Ákall til aðgerða

Ef þú eða maki þinn ert í þessari ferð:

- Leitaðu til meðferðaraðila sem er þjálfaður í taugavíkjandi reynslu.
- Skráðu þig í stuðningssamfélög (á netinu eða í eigin persónu).
- Lestu endurminningar eftir seint greinda fullorðna til að byggja upp samkennd og innsýn.
- Talaðu opinskátt. Vertu forvitinn. Vertu blíður.

Vegna þess að þegar við lærum hver við erum, öðlumst við kraft til að elska án ótta.

7. KAFLI: NÝ TEGUND AF HLUSTUN

Frá Reactive Talk til Responsive Connection

Tilgangur kaflans:

Þessi kafli kynnir skipulagðar samskiptaaðferðir sem eru sérsniðnar fyrir taugavíkjandi pör, með áherslu á **raunveruleg verkfæri**— eins og samskiptaforskriftir, tímasettir tímasetningar, sjónræn stuðningur og „örugg orð" — til að brúa bilið milli misskilinna tjáningar og ósvikinna tenginga. Með blöndu af **hagnýt leiðsögn, sem staðfestir hvatningu**, og **sögur úr raunveruleikanum**, þessi kafli endurskilgreinir hvað það þýðir að „hlusta" á taugafræðilega öruggan hátt, tilfinningalega virðingu og gagnkvæma styrkingu.

Við förum frá því að „tala framhjá hvort öðru" yfir í að læra hvernig á að gera það *skapa takt skilnings*— Jafnvel þótt þessi taktur líti ekki út eins og taugatýpísk norm.

Kafli Opnun: Reframing Listening

„Við héldum að við værum að hlusta. Við vorum í raun að bregðast við, verjast eða afkóða. „Að hlusta" þýddi ekki að heyra – það þýddi að lifa samtalið af."

Hlustun er oft rómantísk sem eitthvað sem gerist bara ef þér er nógu sama.

En fyrir taugavíkjandi einstaklinga - sérstaklega þá sem eru með einhverfu, ADHD, skynjunarmun eða áfallasögu - er hefðbundin hlustun **ekki alltaf aðgengilegt** eða tilfinningalega örugg.

Þessi kafli byrjar á **af samúð af samúð** hvað hlustun hefur oft þýtt:

- Situr kyrr
- Að viðhalda augnsambandi

- Gleypa flóknar tilfinningar í rauntíma
- Að bregðast við með fullkomlega tímasettri samúð

Fyrir marga taugavíkjandi maka leiðir þessi uppsetning til yfirþyrmandi, lokunar eða óviljandi tilfinningalegrar fjarlægðar.

Markmið þessa kafla er ekki að gera hlustun fullkomna – það á að gera það **gera það mögulegt**.

Hluti 1: Af hverju hlustun mistakast í taugaafvikum samböndum

Misskipti koma ekki bara frá *hvað* er sagt — það kemur frá *hvernig* það er sagt, þegar það er sagt, og það sem báðir telja að þeir eigi að gera á þeirri stundu.

Algeng hlustunarmynstur:

- **Einhverfur félagi** missir tón, kaldhæðni eða undirtexta → Taugadæmilegur maki finnst hann hunsaður eða ógildur.
- **ADHD félagi** truflar eða hoppar yfir umræðuefni → Samstarfsaðili finnst honum vísað frá eða tilfinningalega gufukastað.
- **Skynnæmur maki** slokknar á meðan á tilfinningalegri tjáningu stendur → Finnst tilfinningalegt yfirgefið hjá hinum.
- **Félagi með höfnunarnæmni dysphoria** heyrir gagnrýni í hlutlausum orðum → Átök stigmagnast.

Lykilinnsýn: Í mörgum samböndum hrynur hlustun undir þrýstingi frá **árangurstengd tenging** frekar en ferli sem byggir á skilningi.

Hluti 2: Kynning á skipulagðri samskiptareglum

Við förum yfir í lausnamiðaða nálgun með hvetjandi sannleika:

Þú þarft ekki að vera náttúrulega góður í að hlusta. Þú þarft bara réttu verkfærin.

Þessi samskiptatæki eru eins og **skynjunarrampar fyrir samtal**— að leyfa báðum samstarfsaðilum að fá aðgang að umræðunni á þann hátt sem finnst grundvölluð, viðráðanlegur og sannreynandi.

Verkfæri #1: Samskiptaforskriftir

Forskriftir eru EKKI vélmenni. Þetta eru tilfinningalega greindar teikningar sem draga úr kvíða og óvissu.

Dæmi:

- **"Ég þarf að deila einhverju sem gæti verið erfitt að heyra. Er góður tími núna?"**
- **„Mér líður ofviða, en ég vil halda sambandi. Getum við gert hlé og komið aftur eftir 20 mínútur?"**
- **„Þegar þú sagðir [X] túlkaði ég það sem [Y]. Var það það sem þú áttir við?"**

Forskriftir hjálpa báðum aðilum að finna:

- Undirbúið
- Reglubundið
- Minna tilhneigingu til að gera ráð fyrir ásetningi

◆ **Æfingaráð:** Geymdu lista yfir uppáhalds samskiptaræsarana þína í símanum þínum eða sameiginlegu minnismiðaforriti.

Verkfæri #2: Tímamörk og „hlé samningar"

Í álagssamtölum eru tímamörk ekki bara hjálpleg - þau skipta sköpum.

Hjá taugavíkjandi pörum getur tilfinningaflóð, skynjunarofhleðsla eða truflun á framkvæmdastarfsemi lokað munnlegri vinnslu.

Búðu til a **gagnkvæmt „hlé" kerfi**, eins og:

- Kóðaorð sem þýðir: "Ég þarf hlé, en ég er ekki að yfirgefa þig."
- Ákveðinn tími til að koma saman aftur (t.d. „Við skulum endurskoða þetta klukkan 20:00 eftir kvöldmat.“)
- Róleg venja sem virðir reglur hvers maka (t.d. gangandi, tónlist, þögn)

🔹 **Raunverulegt dæmi:**

Hjón að nafni Marla (einhverf) og Damien (ADHD) bjuggu til „rautt/gult/grænt“ tungumál.

- Rauður = punktur, hlé á öllu
- Gult = nálgast ofhleðslu
- Grænt = opinn til að tala

Það hjálpaði til við að draga úr ræsingu fyrir slysni og veitti sjálfræði án þess að aftengjast.

Tól #3: Styður sjónræn samskipti

Fyrir marga einhverfa einstaklinga eða einstaklinga með ADHD getur munnleg úrvinnsla verið ósamræmi eða þreytandi - sérstaklega undir streitu.

Sjónræn verkfæri bjóða upp á öflugan valkost:

- **Whiteboards eða sjónræn dagskrá** fyrir skipulagssamtöl
- **Stemningartöflur** til að hjálpa til við að bera kennsl á innri ríki
- **Gátlistar** til að fletta í gegnum tilfinningalega hlaðnar umræður skref fyrir skref
- **Límmiðar** eða „tala tákn“ meðan á rifrildi stendur til að gefa til kynna hvers röðin er

🔹 **Hvatningaráminning:**

Þessi verkfæri eru **ekki barnalegt**. Þau eru hjálpartæki fyrir aðgengi. Notkun þeirra þýðir að velja skýrleika fram yfir glundroða.

Verkfæri #4: Örugg orð og tilfinningaleg akkeri

Stundum finnst öðrum eða báðum samstarfsaðilum óöruggt - ekki líkamlega, heldur tilfinningalega, taugafræðilega eða orkulega.

„Örugg orð“ veita an **tafarlaus útgönguáætlun** frá samtölum sem finnast yfirþyrmandi eða hugsanlega óstjórnandi.

Dæmi:

- „Sskeið“ þýðir „orkan mín er farin – staldra við og rifjum upp.
- „Skýjað“ þýðir „ég get ekki hugsað skýrt núna. Ég þarf ró, ekki lausnir.“
- „Áttaviti“ þýðir „ég þarf að miðja mig aftur áður en ég held áfram“.

Pöruð við þetta ætti að vera a **sameiginlegt akkeri**:

- Róandi setning, snertipunktur eða mynd sem færir báða maka aftur til sambands eftir rof.

Hluti 3: Raunveruleg hjónavignettur

Með því að koma kenningum að veruleika, fléttar þessi hluti saman stuttar en öflugar vinjettur til að sýna hvernig pör notuðu verkfærin.

Saga 1: Jay og Serena - "The Sound of Silence"

Jay, sem er ekki-talandi einhverfur félagi, og Serena, munnleg taugatýpa, höfðu margra ára gremju í tengslum við þögn.

Þegar þeir byrjuðu að nota:

- AAC (aukandi og önnur samskipti) app
- Sameiginlegar vikulegar samskiptaáætlanir
- Forskrifuð spil fyrir tilfinningalegar þarfir

Tengsl þeirra breyttust. Rödd Jay heyrðist loksins. Serena fannst hún ekki lengur „draug“ af hljóðlátri vinnslu Jay.

Kennsla: Að hlusta þarf ekki að tala. Það krefst nærveru.

Saga 2: Devon og Lina - "Orð sem særa ekki"

Devon (ADHD) hafði það fyrir sið að trufla og hoppa á undan. Línu (einhverfu) fannst það óstöðugleika og dónalegt.

Saman bjuggu þeir til siðareglur:

- Devon hélt á skrifblokk til að skrifa niður hugsanir
- Lina notaði handmerki til að gefa til kynna hvenær hún væri búin
- Þeir settu 10 mínútna „upplýsingahaug" glugga fyrir alvarlegar viðræður

Niðurstaða: Bæði fannst þeim virt og séð. Truflanir urðu að spennu, ekki uppsögn.

Saga 3: Noor og Caden - "Örugg orð, öruggari hjörtu"

Noor glímdi við tilfinningalega röskun og fannst auðveldlega ráðist á hana. Caden var með alexitymiu og vissi ekki hvernig á að nefna tilfinningar í rauntíma.

Notar:

- „Safe word" samningar
- Tilfinningahjól
- Skýrsluforrit eftir átök

Þeim tókst að breytast frá eyðileggjandi rökræðum yfir í heilandi samtöl.

Kafli 4: Að búa til persónulega hlustunarkerfið þitt

Þessi hluti hvetur lesendur til að hanna eigin hlustunarsamskiptareglur með því að bjóða upp á vinnublöð eða leiðbeiningar eins og:

Spurningar til að spyrja saman:

- Hvers konar samtöl eru erfiðust fyrir okkur?
- Hvaða merki sýna að við erum óvart?
- Hvernig finnst okkur öllum gott að fá endurgjöf?
- Hvaða verkfæri finnst okkur þægilegast að nota?

Gerð samnings:

„Þegar við tölum um erfiða hluti erum við sammála um að..."

- Notaðu tímamörk ef þörf krefur
- Biddu um skýringar áður en þú gerir ráð fyrir ásetningi
- Skoðaðu inn sjónrænt (stemningarkort, þumalfingur upp/niður osfrv.)
- Skýrsla og viðgerð innan 24 klukkustunda

Kafli 5: Endurskilgreina hvernig velgengni lítur út

Mörg pör eiga í erfiðleikum vegna þess að þau reyna að passa samband sitt inn í **taugatýpískir staðlar**:

- Óaðfinnanleg augnsamband
- Strax tilfinningaleg gagnkvæmni
- „Bara að vita" hvað hitt þýðir

Þessi kafli endurspeglar þá trú.

Hlustun þarf ekki að vera leiðandi. Það þarf að vera viljandi.

Árangur gæti litið svona út:

- Samtal sem felur í sér þögn, vélritun, myndefni – og finnst samt náið
- Að taka pásur og snúa aftur í stað þess að keyra í gegn
- Að segja: „Ég þarf hjálp til að heyra í þér" og smíða verkfæri til að láta það gerast

Þetta er ekki minna en. Það er dýpra en.

Lokandi innblástur: Æfingin að stilla hlustun

Aðlöguð hlustun snýst ekki um að heyra allt. Það er um **stilla inn af virðingu, aðlögun og hugrekki**.

Það er dagleg æfing. Einn auðmjúkur. Einn vongóður. Vegna þess að þegar þú gefur einhverjum tækin til að láta í sér heyra, þá ertu að segja þeim:

- "Þú skiptir máli."
- "Rödd þín á heima hér."
- „Við getum byggt eitthvað sem heldur okkur báðum.

Íhugunaræfingar:

1. Hlustunarlandslag þitt

- Hvað þýðir "að láta í sér heyra" fyrir þig?
- Hvaða aðstæður gera það auðveldara fyrir þig að hlusta í alvöru?
- Hvaða skynjunar- eða tilfinningablokkar hafa áhrif á hvernig þú heyrir maka þínum?

2. Byggðu verkfærakistuna þína saman

Sestu niður og búðu til sameiginlegan lista:

- Ákjósanleg samskipti þín ræsir
- Örugg orð þín
- Hléáætlun þín
- Viðgerðarreglurnar þínar

3. Handritsæfing

Veldu atburðarás sem hefur tilhneigingu til að stigmagnast.
Skrifaðu nýja leið til að byrja, gera hlé á og jafna þig eftir samtalið.

Lokastaðfesting

„Við hlustum ekki eins og allir aðrir.
Við hlustum í bylgjum, í kyrrð, í krotuðum orðum og löngum hléum.
Og samt finnum við hvort annað - aftur og aftur - vegna þess að við höfum gert hlustunina örugga.“

8. KAFLI: FRÁ FORSENDUM TIL SAMNINGA

Hvernig skrifleg samskipti, dagleg innritun og samið væntingar koma í stað tilfinningalegrar giska

---

Kafli Yfirlit

Þessi kafli fjallar um eitt af þeim *hljóðlátasta en samt ætandi dýnamík* í hvaða sambandi sem er: **forsendur**. Sérstaklega í taugadreifandi samböndum, þar sem samskiptastíll, skynveruleiki og tilfinningaleg stjórnun endurspegla kannski ekki ríkjandi taugatýpíska forskrift, leiða forsendur ekki bara til særðra tilfinninga - þær byggja ósýnilega veggi.

Mörg pör starfa **ósagðar væntingar**:

- "Þú ættir bara að vita hvernig mér líður."
- "Ef þú elskaðir mig, myndirðu ekki þurfa að spyrja."
- "Við höfum verið saman í mörg ár - þú ættir að ná því núna."

En þegar annar eða báðir samstarfsaðilar eru taugavíkjandi verða þessir þöglu kóðar **uppsprettur djúps ruglings og sársauka**, sérstaklega þegar:

- Tilfinningalegum vísbendingum er saknað eða rangt lesið.
- Minnisköllun er ósamræmi.
- Framkvæmdaaðgerð takmarkar getu til að rekja ótilgreindar þarfir.
- Orðmælt í augnablikinu er ekki mögulegt.

Þessi kafli býður upp á frelsandi sannleika:

Þú þarft ekki að lifa í giskaleik. Þú getur **skipta forsendum út fyrir samninga.**

Með því að þróa **skriflegar samskiptareglur, sameiginleg sniðmát, daglega innritun og skýra samninga**, pör fara frá viðbragðsgræðgi yfir í jarðbundið samstarf.

Þetta er kaflinn þar sem *tilfinningaþoka léttir*, og sambandið fær uppbyggingu, skýrleika og sjálfbæran frið.

Kafli 1: Skilningur á skaða forsendna

Við byrjum á því að nefna það sem oft er ósýnilegt. Forsendur líða eins og sannleikur þegar þær hafa verið ómótmæltar.

Til dæmis:

- „Þeir yfirgáfu uppvaskið aftur - þeim er alveg sama um hversu stressuð ég er.
- "Þeir þurfa stöðuga fullvissu - það hlýtur að þýða að þeir treysta mér ekki."
- "Þeir buðu ekki góða nótt - þeir eru að draga sig í burtu."

En sannleikurinn á bak við þessar forsendur gæti verið:

- Vanstarfsemi stjórnenda, ekki sinnuleysi.
- Kvíði á rætur í fyrri áföllum, ekki vantrausti.
- Félagsleg eða tilfinningaleg kulnun, ekki afturköllun.

Í samböndum með fjölbreytileika taugakerfisins, þar sem annar maki gæti átt í erfiðleikum með lestrarvísbendingar og hinn getur verið mjög stilltur tilfinningalegum blæbrigðum, **forsendur fylla í eyðurnar**-oft ónákvæmt og oft sársaukafullt.

Forsendur virka eins og þriðji aðili í sambandinu - rangtúlka fyrirætlanir, endurskrifa sögur og auka sambandsleysi.

Þessi hluti skorar varlega á pör að viðurkenna **falin handrit** þau starfa undir og hvernig þessi handrit gætu verið að spilla fyrir nándinni sem þau þrá.

Hluti 2: Gjöf skýrra samninga

Samningar eru ekki stífir samningar. Þeir eru **samúðarfullum vegakortum** fyrir tilfinningalegt öryggi og virkniskýrleika.

Þar sem forsendur eru byggðar á hugarlestri eru samningar byggðir á **samvinnu og forvitni**.

Samningur segir:

- „Ég býst ekki við að þú giskar - ég er að segja þér hvað ég þarf.
- "Ég met þægindi þín jafnmikið og mína - við skulum finna meðalveg."
- "Ég vil ná árangri með þér - svo ég nefni hvernig það lítur út."

Dæmi um forsendur vs samninga:

Forsenda	**Samkomulag**
"Þú ættir að vita að ég þarf hjálp í dag."	„Getum við verið sammála um að ef ég segi „þungur dagur“, þá bjóðið þið upp á eina stuðning?“
"Þú ættir að vilja eyða tíma með mér ef þér er sama."	„Getum við samið um 30 mínútna daglega innritun – jafnvel þó að eitthvert okkar sé þreyttur?
"Þú gleymir alltaf áætlunum okkar - það má ekki skipta þig máli."	"Við skulum nota sameiginlegt sjónrænt dagatal og athuga það saman á hverjum morgni."

◆ **Lykilboð:** Samningar vernda bæði fólk gegn kulnun, rugli og gremju. Þeir *staðla muninn* og *starfrækja umönnun.*

Kafli 3: Hvers vegna skrifleg samskipti skipta máli

Fyrir marga taugavíkjandi fólk, **töluð orð gufa upp**, sérstaklega undir álagi. Tilfinningaleg samtöl geta orðið yfirþyrmandi, sérstaklega þegar:

- Vinnuminni er skattlagt
- Munnleg vinnsla hægist á eða læsist
- Tilfinningalega blæbrigði er erfitt að greina í rauntíma

Skrifleg samskipti verður öflugur valkostur - ekki sem varabúnaður, heldur sem a **aðal tengingarrás**.

Kostir:

- Gefur tíma til að endurspegla án þrýstings
- Dregur úr misskilningi sem stafar af tóni eða líkamstjáningu
- Býr til varanlega skrá yfir samninga (minnisaðstoð)
- Gerir ósamstillt samskipti — gagnlegt fyrir pör á mismunandi innri klukkum

Þessi kafli kynnir **raunveruleg verkfæri** fyrir að fella skrif inn í daglegt sambandsflæði, þar á meðal:

- **Samnýtt athugasemdaforrit**: Google Keep, Apple Notes, Notion
- **Líkamleg tímarit** fyrir pör sem ekki eru tæknivædd
- **Litakóðaðar Sticky Notes** á sameiginlegu samskiptaborði
- **Skilaboð sniðmát** fyrir erfiðar samræður

🔹 **Tilvitnun í endurrömmun:**

"Að skrifa er ekki fjarlægð. Það er hönnun. Það er ásetningur. Það er öryggi."

Kafli 4: Kraftur daglegrar innritunar

Grunntól sem kynnt er hér er **Dagleg innritun fyrir samband**.

Í stað þess að treysta á sjálfsprottna tilfinningatengsl (sem getur verið óaðgengileg eða óútreiknanleg), byggja pör upp **daglegur taktur smáviðgerða og uppfærslur**.

Þessi hluti lýsir mismunandi stigum daglegrar innritunar, allt frá einföldum til ítarlegri.

STIG 1: Grunninnritun (5–10 mínútur)

- "Hvernig er orkan þín í dag?"
- "Hvað er eitt sem þú þarft?"
- "Eitthvað sem ég ætti að vita um skap þitt/skynþarfir?"

✅ Frábært fyrir pör í kulnun eða með ung börn/takmarkað getu.

STIG 2: The Functional Sync

- Farðu yfir sameiginlega dagskrá
- Koma sér saman um verkaskiptingu eða ábyrgð
- Settu væntingar um niður í miðbæ, ástúð eða bata á átökum

✅ Tilvalið fyrir maka sem eru í sambúð og stjórna truflun á framkvæmdastarfsemi eða skarast skynjunarsvæði.

STIG 3: The Deeper Dive

- "Hvað er eitthvað sem þú kunnir að meta í gær?"
- „Hvar kveiktum við rangt og hvernig getum við lagað það?
- "Hvaða samningar líða enn vel? Hvað þarf að uppfæra?"

✅ Öflugt til að endurbyggja traust, vera í takt og miðja nánd aftur.

Kafli 5: Samningar um væntingar sem tengslamenning

Væntingar eru í eðli sínu ekki slæmar. En **ósagðar, einhliða eða arfgengar væntingar** skapa oft átök og skömm.

Þessi hluti kennir pörum hvernig á að flytja frá **innbyrðis viðmið** („svona á þetta að vera“) til **samið viðmið** ("þetta er það sem virkar fyrir okkur").

Hvernig á að viðurkenna arfgenga væntingar:

- "Þú átt að vilja líkamlega nánd í hverri viku."
- „Ef þér væri sama, myndirðu muna eftir öllum sérstökum dagsetningum okkar.
- „Við ættum að geta leyst slagsmál í einu samtali.

Hvernig á að umbreyta því:

- Spyrðu: "Hvar lærði ég þetta?"
- Spyrðu: "Virkar þetta fyrir taugakerfið mitt? Fyrir þitt?"
- Spyrðu: „Getum við skrifað saman nýtt viðmið sem passar *okkur*?”

Dæmi: Að semja um hlutverk heimilisins

Í stað þess að:

"Þú ættir bara að hjálpa meira!"

Prófaðu:

„Við skulum telja upp öll endurtekin verkefni. Síðan veljum við hvert okkar það sem við erum *getur* gera áreiðanlega. Og við innritum okkur einu sinni í viku til að ná jafnvægi.“

Samningar byggjast upp **traust, fyrirsjáanleika og sjálfræði**. Þeir draga úr tilfinningalegri hleðslu „bilunar“ og gera pláss fyrir taugavíkjandi veruleika.

Kafli 6: Sniðmát fyrir tengslasamninga

Þessi hluti er fullur af **hagnýt verkfæri** og **sérhannaðar sniðmát** pör geta notað til að formgera samninga sína á mildan, skipulegan hátt.

📝 Sniðmát fyrir smásamning

Efni: (t.d. morgunvenjur, átakaviðgerðir, félagsviðburðir)

Mínar þarfir:

Þínar þarfir:

Það sem við getum samþykkt:

Hvað við gerum ef við getum ekki hitt það:

Þegar við endurskoðum þennan samning:

📝 Sniðmát „Átök hlé á átökum“

Þegar annað hvort okkar finnst flóðið, samþykkjum við að:

- Notaðu örugga orðið: ____________
- Taktu þér hlé í: __________ mínútur
- Notaðu þessa aðferð til að skila: (t.d. texta, post-it, líkamlegt merki)
- Haltu áfram með þessum tón: (t.d. lág rödd, aðeins einn talar í einu)
- Skýrsla innan: ____ klst

📝 Sniðmát „Ástúð og tengingaráætlun“

Mér finnst ég mest tengdur þegar:

- (Skrá efstu 3 tengihegðunina)

Mér finnst ég vera ótengdur þegar:

- (Skráðu efstu 3 mynstur til að forðast)

Við skulum samþykkja þessar 3 litlu tengingar á viku:

- ____________________
- ____________________
- ____________________

✏ **Vikuleg innritunarrammi (15–30 mín)**

1. „Eitt sem ég er stoltur af í þessari viku er..."
2. „Eitt svæði sem ég vil fá stuðning á er..."
3. „Ein leið sem mér fannst ég vera ótengd var..."
4. „Eitt sem ég myndi vilja gera öðruvísi í næstu viku er..."
5. „Eitt sem ég kann virkilega að meta við þig er..."

◆ *Valfrjáls viðbót:* Notaðu emojis, liti eða töflur til að gera þetta skynjunarvænt.

Kafli 7: Sögur frá pörum sem sleppa því að giska

Vinjettur hér sýna hvernig pör færðust frá langvarandi spennu yfir í samvinnufrið með því að innleiða samninga og skriflegt skipulag.

Saga: Ella og Morgan - "Brunnout og mislesið"

Ella (einhverf) fannst hún vera ósýnileg. Morgan (taugadæmi) fannst hann vera útilokaður. Bardagar þeirra fóru oft í hring vegna þess að Morgan hélt að þögn þýddi kulda og Ella gerði ráð fyrir að yfirheyrslur Morgan þýddu yfirheyrslur.

Þeir byrjuðu að nota:

- Skrifað „Mood + Needs" borð uppfært á hverjum morgni
- Samkomulag um að leysa ekki vandamál við lokun
- Vikulegar innskráningar með sameiginlegu Google skjali

Niðurstaða: Tilfinningalegt öryggi kom í stað tilfinningalegra getgáta. Báðir sögðu þeir frá færri rifrildi, meiri ástúð og vaxandi trausti.

Saga: Theo og Kamara - "Væntingagildran"

Kamara gerði ráð fyrir að það að vera nálægt þýddi að senda skilaboð allan daginn. Theo (ADHD) gleymdi reglulega að svara.

Þeir skiptu gremju út fyrir:

- Skýr skilaboðasamkomulag (t.d. „Ég mun svara 1–2x á dag og nota hjarta-emoji ef ég er óvart en elska þig samt.“)
- Sameiginlegt dagatal með „tengingarkvöldum“ auðkennd
- Forskriftir eftir rifrildi fyrir endurtengingu

Niðurstaða: Kamara fannst forgangsraða, ekki draugur. Theo fann fyrir minni skömm og meiri árangri.

Kafli 8: Endurskilgreining á tilfinningalegri vinnu með samningum

Of oft, einn félagi (oft taugadæmi eða meira tilfinningalega tjáningar) ber **andlegt álag** sambandsins.

Þessi hluti hjálpar til við að dreifa því álagi með því að:

- Að nefna tilfinningalega vinnu afdráttarlaust
- Að bjóða báðum samstarfsaðilum að taka eignarhald á lykilverkefnum sambandsins
- Að hvetja taugavíkjandi maka til að leiða tilfinningalega venjur með því að nota skipulögð verkfæri

Helstu innsýn: Þetta snýst ekki um að gera allt. Þetta snýst um að gera *það sem þú getur*, *með ásetningi*, *stöðugt.*

Hluti 9: Áfram — Byggja upp menningu skýrleika

Samningar eru ekki einskiptislausn. Þau eru hluti af lifandi, andaðri sambandsæfingu.

Þessi lokakafli hvetur pör til að:

- Endurskoða samninga mánaðarlega
- Fagna framfarir

- Haltu áfram að þróa kerfi sín út frá orku, lífsstigi og þörfum

Staðfesting:

„Við skiljum kannski ekki alltaf hvort annað strax.
En við getum skilið hvort annað viljandi."
Samningar eru hvernig við hættum að giska.
Samningar eru hvernig við byrjum að velja - saman.

Hugleiðingar og æfingarleiðbeiningar

1. Topp 3 þöglu forsendurnar mínar

Hvað býst ég við að félagi minn viti eða geri - án þess að hafa spurt skýrt?

2. Samningur sem ég vil leggja til

Skrifaðu einn nýjan samning sem þú telur að myndi draga úr spennu eða auka tengsl.

3. Innritunarstíll minn

Vil ég frekar tala, skrifa, senda skilaboð, myndefni? Hvernig get ég gert innritun aðgengilega?

Lokaboð

„Þú ert ekki of mikið.
Þú ert ekki að mistakast.
Þú ert að byggja upp eitthvað hugrakkur - þar sem þú færð báðir sigur.
Skiptu út giskaleiknum fyrir sameiginlegt tungumál. Skiptu um óreiðu fyrir takt. Skiptu út forsendum fyrir samninga. Samband þitt á skilið þann skýrleika.

9. KAFLI: SKYNNINGARSTÆÐURINN

Hvers vegna skynjunarálag getur rofið traust — og hvernig á að styðja hvert annað í gegnum það

Kafli Yfirlit

Kjarni margra misskilinna viðbragða í taugadreifandi samböndum er sannleikur sem oft gleymist: **við upplifum öll heiminn í gegnum skynfærin okkar**, en **skynjunarkerfi allra virkar ekki eins**.

Fyrir taugavíkjandi einstaklinga - eins og þá sem eru með einhverfu, ADHD, skynvinnsluröskun eða áfallastreituröskun -**skynjunarofhleðsla er ekki bara óþægindi. Það getur liðið eins og að drukkna í stormi áreitis**, ómögulegt að sía, ómögulegt að flýja.

Í sambandi lítur óviðurkenndur eða óviðurkenndur skynjunarmunur oft út eins og:

- "Þú ert að hunsa mig aftur."
- "Þú slepptir úr engu."
- "Af hverju geturðu ekki bara farið út með mér?"
- "Af hverju ertu svona dramatískur yfir lykt, ljósi eða hljóði?"

Þessi kafli er hér til að breyta þeirri frásögn. **Skynreynsla mótar tilfinningalega stjórnun, aðgengi og hegðun**. Ef við skiljum ekki og virðum þá þröskulda höldum við áfram að merkja félaga okkar ranglega sem dónalega, fjarlæga, köldu eða sprengiefni. En þegar við *gera* læra að þekkja og mæta skynveruleika hvers annars, sambandið getur breyst verulega - frá rof til viðgerðar, frá sök til að tilheyra.

Kafli 1: Skilningur á skynjunarofhleðslu

Skynjun ofhleðsla er líkamlegt og tilfinningalegt ástand sem gerist þegar **of mikið af skynupplýsingum flæðir yfir heilann**, yfirþyrmandi getu þess til að vinna úr eða stjórna inntak.

Taugadæmdir samstarfsaðilar gætu átt í erfiðleikum með að skilja hvers vegna:

- Hljóð sem þeir taka varla eftir getur verið líkamlega sársaukafullt fyrir maka sinn.
- Fjölmennt herbergi getur valdið læti eða lokun.
- Áferð eða merki getur framkallað tár eða bráðnun.
- Björt ljós, tifandi klukkur, suðandi ljós eða sterk lykt dregur úr spori á dag.

En fyrir marga taugavíkjandi einstaklinga, **taugakerfi þeirra eru tengd til að greina og bregðast við ákafari**— eða meira óskipulegt — til skynjunargagna. Þetta er ekki ívilnun. Það er lífeðlisfræði.

„Þegar heimurinn verður of hávær, of bjartur, of hratt … þá er það ekki skapsveifla. Þetta er bráðnun.

Algeng skynnæmi eru:

- **Heyrn** (hávaði, samtöl sem skarast, vekjara, tyggja)
- **Sjónræn** (flúrljós, hröð hreyfing, ringulreið umhverfi)
- **Áþreifanleg** (fataáferð, létt snerting, mannfjöldi)
- **Lyktarskyn** (ilmvötn, hreinsiefni, matarlykt)
- **Gustatory** (áferð matar, hitastig, sterkt bragð)
- **Gagnvörn** (innri skynjun eins og hungur, þvagblöðru, hitastig)

Fyrir maka sem upplifa ekki þessa viðkvæmni er auðvelt að mistúlka a *viðbrögð taugakerfisins* sem a *persónuleikagalla* eða *tilfinningalega höfnun.* En skynjunarofhleðsla er ekki val. Það er þröskuldur.

Kafli 2: Frá skynviðbrögðum til sambandsnúnings

Hér er hvernig skynjunarofhleðsla *oft* leiðir til átaka:

1. Innri uppbygging

Taugavíkjandi félagi er gagntekinn af umhverfisinntaki - ljósum, hávaða, hreyfingu, þrýstingi - en hefur ekki nefnt það ennþá.

2. Skyndileg afturköllun eða útrás

Þeir geta lokað, smellt, grátið, gengið í burtu eða virst „fjarlægir" og „kaldir". Fyrir hinum félaganum finnst þetta skyndilega og persónulegt.

3. Rangtúlkunin

Taugatýpíski (eða öðruvísi taugavíkjandi) maki bregst tilfinningalega og hugsar: "Af hverju eru þeir svona pirraðir? Af hverju geta þeir ekki bara sagt hvað er að?"

4. Aftengingin

Hvorugur félagi finnst öruggur. Maður finnur fyrir oförvun og misskilningi. Hinum finnst hann vera hafnað og sár.

Þessi lykkja endurtekur sig þar til skynvitund og sameiginlegur orðaforði er kynntur.

◆ **Tilvitnun:**

„Það er ekki það að mér sé sama. Það er að mér er alveg sama *núna*— vegna þess að kerfið mitt er í eldi.

Kafli 3: Kynning á skynjunarsniðum

Sérhver einstaklingur hefur a **skynjunarsnið**- einstakt sett af næmni og leitarhegðun.

Sumt fólk er:

- **Skynjunareyðandi**: Auðveldlega yfirbuguð, þarf lítið örvun umhverfi.
- **Skynjunarleit**: Þrá ákaft inntak eins og djúpan þrýsting, bjarta liti, sterkt bragð.
- **Skynjun blandað**: Getur sveiflast á milli beggja eftir degi eða samhengi.

Þessi kafli felur í sér **ígrundunarspurningar** til að hjálpa lesendum að bera kennsl á eigin prófíl:

1. Hvaða hljóð tæma þig hraðast?
2. Hvaða áferð finnst þér hughreystandi?
3. Hvaða umhverfi lætur þér líða mest rólega?
4. Hvaða stillingar senda þig í viðvörunar- eða lokunarham?

Samstarfsaðilar eru hvattir til að klára **sameiginleg skynjunarskrá**— að læra hvað hvert annað forðast, leitast við eða þolir. Þetta verður grunnurinn að gistingu.

Kafli 4: Endurramma skynviðbrögð sem gild

Það er mikilvægt að skipta frá dómgreind til samúðar.

Frekar en að segja:

- „Þú ert að bregðast við".
- "Þú þarft bara að herða þig."
- „Öllum öðrum líður vel — af hverju geturðu ekki verið það?

Prófaðu:

- "Hvað þarftu núna?"
- "Er eitthvað í umhverfinu sem er yfirþyrmandi?"
- "Viltu taka þér skynjunarfrí?"

Skynræn vanlíðan er ekki barnaleg. Það er ekki veikleiki. Það eru gögn.

Þegar félagar hætta **taka skynjunarviðbrögð persónulega**, þeir geta byrjað **bregðast við í samhengi**.

◆ **Mantra fyrir pör:**

"Þú ert ekki viðkvæmur. Þú ert öðruvísi tengdur. Og ég vil skilja raflögn þína."

Kafli 5: Hlutverk bráðnunar, lokunar og forðast

Bráðnun og lokun eru oft **síðasta verndarráðstöfun taugakerfisins**. Þeir eru ekki reiðarslag. Þau eru ekki meðferð. Þeir eru leið til að lifa af yfirþyrmandi reynslu.

Bráðnun:

- Oft háværr, grátbrosandi, reiður eða læti
- Getur falið í sér öskur, skeið, grátur eða jafnvel sjálfsskaða
- Líður eins og tilfinningaleg brennsla

Lokun:

- Fer inn á við og hljóður
- Getur falið í sér að fara í orðlausan hátt, sundurliða eða fela sig líkamlega
- Getur virst kalt, vélmenni eða útskráður

Forðast:

- Að flýja fyrirbyggjandi skynjunar- eða félagslega reynslu sem áður hefur leitt til ofhleðslu

Að skilja þetta hjálpar maka **ekki sérsníða viðbrögðin** en líttu frekar á það sem merki: "Ég er í hámarki. Ég þarf öryggi."

Kafli 6: Hvernig samstarfsaðilar geta boðið skynstuðning

Hér er þessi kafli verður hagnýtur, samúðarfullur og vongóður.

Samstarfsaðilar eru hvattir til að búa til **skynjunarupplýsta samninga**, eins og:

- **Koma á skynöruggum rýmum heima** (hljóðlátt herbergi, myrkvunargardínur, þung teppi)
- **Sammála um útgönguaðferðir fyrir oförvunarstillingar** ("Ef við erum í partýi og ég verð ofhlaðin, samþykkjum við að fara innan 15 mínútna án þess að kenna.")
- **Byggja inn afþjöppunarsiði** (hljóða faðmlög, samhliða leikur, hljóðvélar, kvöld með litilli birtu)

- **Með því að nota skynmælikvarða** (1–10) til að fylgjast með og tjá neyð eða getu
- **Að virða „snertilaus" merki** meðan á regluleysi stendur
- **Með því að nota fyrirfram umrædd merkjaorð** þegar skynjunarofhleðsla hefst ("kúla", "hraun", "þoka" - eitthvað fjörugt en skýrt)

◆ **Ábending:** Ef orðatiltæki er erfitt við ofhleðslu geta pör notað **litakóðuð kort**, emojis í texta eða stuttar setningar eins og:

- "Sensory 8 - þarf myrkur + þögn."
- „Ofhlaðinn - ekkert talað, bara kreista höndina.

Kafli 7: Persónuleg skynjunaráætlanir—Sambandsverkfæri

Hjónum er boðið að búa til í sameiningu a **Persónuleg skynjunaráætlun** sem felur í sér:

- Það sem ég þarf þegar ég er örugg
- Hvað gerist þegar ég er ofhlaðin
- Hvernig ég bregðast við þegar ég er að byrja að spíra
- Hvað hjálpar til við að róa mig (hlutir, aðgerðir, orðasambönd)
- Hvað á EKKI að gera (t.d. spurningar, líkamleg snerting, há tónlist)
- Hvernig ég mun gefa til kynna þegar ég þarf hlé

Samstarfsaðilar eru hvattir til að **deila þessum áformum** og **virða mörk hvers annars**-ekki sem takmarkanir, heldur sem umönnunaraðgerðir.

Kafli 8: Skynjunarmunur í nánd, átökum og samstjórn

Skynþættir hafa áhrif á:

- **Snerting og líkamleg ástúð** (t.d. að þurfa djúpan þrýsting á móti að forðast létta snertingu)
- **Átök** (t.d. sumir þurfa að hreyfa sig og tala hátt, aðrir þurfa þögn og rými)
- **Samstjórn** (sumir þurfa nálægð, aðrir þurfa líkamlega fjarlægð fyrst)

Þessi hluti kennir pörum hvernig á að:

- Spyrðu „Hvernig lítur þægindi út fyrir þig? í stað þess að gera ráð fyrir
- Byggja upp lagskipt nánd venjur sem virða bæði skynkerfi
- Venjulega taka pláss **án skömm eða rofs**

◆ **Dæmi:**

Einn félagi gæti sagt: "Ég elska þig, en ég get ekki talað fyrr en ég þrýsti niður með þögn og þungu teppinu mínu. Þá mun ég koma og finna þig."

Kafli 9: Endurskrifa frásögnina í kringum „erfiða" hegðun

Samfélagið kennir fólki sem:

- Hlökktu við hávaða
- Forðastu mannfjöldann
- Virðist pirraður „af ástæðulausu"
- Gráta yfir „ekkert"
- Þolir ekki ákveðin efni eða lýsingu

...eru að vera dramatísk eða erfið.

Þessi hluti ögrar þessum fordómum og útbýr pör með staðfestu tungumáli:

- "Þú ert ekki mikið viðhald. Þú ert mjög viðkvæm."
- "Þú ert ekki andfélagslegur. Þú varðveitir taugakerfið þitt."
- "Þú ert ekki erfiður. Þú ert öðruvísi - og við gerum pláss fyrir muninn hér."

Samstarfsaðilar eru spurðir: *Hvaða sögu segi ég sjálfum mér um viðbrögð maka míns? Er sú saga rétt? Er það kærleiksríkt?*

Kafli 10: Hjónasögur – Að breyta skynjunarátökum í skyntengsl

Tilfelli 1: Malik & Jordan

Malik (einhverfur) var vanur að hverfa tímunum saman eftir fjölskylduheimsóknir. Jordan tók því persónulega - þar til þeir uppgötvuðu báðir að Malik var að upplifa skynjunarhrun. Nú hafa þeir regluna um „30 mínútna ekkert tal" eftir atburði og Jordan býður upp á hlýtt teppi í stað spurninga.

Tilfelli 2: Priya & Devon

Devon (ADHD + SPD) fannst matreiðslu Priya hljóma óþolandi á fundum. Í fyrstu skapaði það gremju. Nú hafa þeir búið til „hljóðlát svæði" og samið um eldhústíma, með hávaðadeyfandi heyrnartólum og stuðningi við hvítan hávaða. Harmony kom aftur.

Tilfelli 3: Sam & Elise

Elise var vanur að túlka andúð Sam á kúra sem kulda. Eftir að hafa lært um áþreifanlega vörn byggðu þeir „snertikort" af ákjósanlegum snertitegundum og tímum. Knús eru nú örugg í stað þess að kveikja.

Hugleiðingar fyrir lesendur

- Hvaða skynjunarumhverfi valda mér vanlíðan?
- Hvaða hegðun flokka ég sem „dónalega" sem gætu verið skynjunarviðbrögð?
- Hvernig get ég stutt betur taugakerfi maka míns - og beðið um stuðning fyrir mitt?
- Hvaða samninga getum við gert um skynjunarofhleðslu, lokun og þægindi?

Lokastaðfesting

"Þú ert ekki bilaður. Skynfærin þín eru stillt á aðra tíðni - og sú tíðni skiptir máli."

„Þegar við hættum að gera hvort annað rangt fyrir skynjunarmun okkar, byrjum við að gera hvert annað öruggt.

„Synjunarstuðningur er stuðningur við samband. Og það er ein öflugasta tegund ástar.“

10. KAFLI: HVATI, HLÉ, VIÐGERÐ

Að skilja ADHD einkenni í samböndum - og læra hvernig á að hægja á sér til að mæta

---

Kafli Yfirlit

Hvatvísi er einn af misskilnustu – og oft truflandi samböndum – eiginleikum sem tengjast ADHD. En hér er sannleikurinn: **hvatvísi jafngildir ekki afskiptaleysi**, og **truflun þýðir ekki að eyðilegging sé óumflýjanleg**.

Í þessum kafla kannum við hvernig **hvatvís samskiptamynstur, léleg tímasetning og tilfinningalegur styrkur**-einkenni ADHD - skapa spennu, rugling eða átök í samböndum. Meira um vert, við tökum upp **hvernig skilja og stjórna þessum eiginleikum** getur skapað rými fyrir samkennd, viðgerð og seiglu.

Með heiðarlegri ígrundun, hagnýtum verkfærum og samúðarmiðuðum aðferðum býður þessi kafli pörum leið fram á við. Ekki ein um fullkomna stjórn – heldur af **meðvitandi truflun, samvinnuábyrgð og gagnkvæma náð**.

Þessi kafli snýst ekki um að „laga" hvatvísan maka. Það er um **viðurkenna taugafræðilegan mun**, takast á við tilfinningaleg áhrif og læra að gera hlé á nógu lengi til að gera við.

Kafli 1: Hvernig ADHD hvatvísi lítur í raun út í samböndum

ADHD hefur ekki bara áhrif á framleiðni eða einbeitingu - það **lifir og andar í tilfinningalegum og tengslasamskiptum**, oft á þann hátt sem finnst maka ruglandi eða særandi.

Algeng mynstur:

- **Að trufla miðja setningu** (af spenningi, brýni eða ótta við að gleyma)
- **Að bulla út hugsanir** án síunartóns eða tímasetningar
- **Hvatvís skilaboð eða símtöl** (jafnvel á viðkvæmum augnablikum)
- **Að sleppa „stórfréttum" á röngum tíma** (t.d. við átök eða þreytu)
- **Erfiðleikar við að bíða í samtölum** (sem leiðir til flugráns eða áhlaups)
- **Tilfinningaleg hvatvísi**eins og skyndileg reiði, ástúð eða afturköllun
- **Ofur afsökunar eða ofskýrir**, flæða félaga eftir átök

Fyrir maka getur þetta verið eins og:

- "Þú ert ekki að hlusta."
- "Þú virðir ekki mörk mín."
- "Þú gerir það alltaf um þig."
- „Ég get aldrei treyst því hvenær þú sleppir sprengju eða hverfur.

En hvatvísi snýst sjaldnast um virðingarleysi. Það snýst oft um **óregluleg tímasetning**-ekki ásetning.

◆ **Lykilinnsýn:**

"ADHD hvatvísi þýðir ekki að maka þínum sé sama - það þýðir að heilinn á í erfiðleikum með bilið á milli hugmynda og aðgerða."

Kafli 2: Tilfinningalegur kjarni hvatvísinnar

Hvati er ekki bara hegðun - það er oft a **viðbrögð við innra ástandi**: brýnt, höfnunarnæmi, kvíði eða oförvun.
Dæmi:

- Truflanir geta komið frá **spennu eða sambandsleit**.
- Ofskeyti geta stafað af **ótta við að vera gleymdur eða óelskaður**.
- Að þvælast út úr hugsunum gæti endurspeglað **vanhæfni til að sitja í óþægindum** eða halda spennu.
- Flóð með of miklum tilfinningum geta stafað af **vanhæfni til að stjórna „of miklu"**.

Að skilja þessa innri tilfinningahreyfil hjálpar til við að endurskipuleggja hvatvísa hegðun sem **merki**, ekki bara vandamál.

🔹 **Endurramma:**
Í stað þess að „Þú ert hvatvís og dónalegur," reyndu:
"Ég sé að þú ert fljót að bregðast við - hvers vantar þig núna?"

Kafli 3: Áhrif á samstarfsaðila

Jafnvel þótt það sé óviljandi getur hvatvísi skapað **ófyrirsjáanleika og þreytu** fyrir félaga.
Þeir geta byrjað að:

- **Brace** fyrir tilfinningalega útrás eða óregluleg samskipti
- **Draga til baka** til að forðast flóð
- **Of rúmar** eða ganga á eggjaskurn
- **Finnst þér vanvirt eða tilfinningalega óörugg**

Með tímanum getur þessi kraftur veðrast **tilfinningalegt traust**, sérstaklega ef tilraunir til viðgerðar eru ósamkvæmar eða flýtir.

Þetta snýst ekki um sök. Þetta snýst um að viðurkenna það **taugavíkjandi eiginleikar hafa tengslaáhrif**—og að skilningur á þessum áhrifum leiðir til upplýstrara vala.

◆ **Lykilboð:**

"Eiginleikar þínir eru gildir. Reynsla maka þíns er gild. Þú þarft ekki að velja á milli þessara tveggja - þú getur lært hvernig á að halda báðum."

Kafli 4: Að læra hléið

„Hléið" er eitt róttækasta sambandsverkfæri sem hvatvísir miðlarar fá. En fyrir marga ADHD heila, **hléið finnst óeðlilegt, jafnvel ógnandi.**

Í þessum kafla er kennt hvernig á að *byggja upp hlé vöðva*-ekki sem bælingu, heldur sem tengslagjöf.

Ör-hlé til að æfa:

- Dragðu djúpt andann áður en þú talar.
- Spyrðu sjálfan þig: "Er núna rétti tíminn?"
- Skrifaðu skilaboðin fyrst - bíddu síðan í 5 mínútur til að ýta á senda.
- Notaðu líkamlega áminningu (t.d. gúmmíband, límmiða) til að festa hlé á hegðun.
- Komdu saman um leitarorð með maka þínum sem gefur til kynna: "Ég þarf að hægja á mér."

◆ **Verkfæri:** „Gera hlé á skriftum"

- Í stað þess að bulla:

"Þetta er mjög mikilvægt fyrir mig - get ég athugað hvort núna sé góður tími?"

- Í stað þess að senda of mikið sms:

"Mig langar að tala meira um þetta. Væri það til bóta að skrifa það niður og rifja það upp síðar?"

- Í stað þess að trufla:

"Ég er að verða spenntur - ég vil vera viss um að ég gleymi því ekki, en ég vil heyra þig fyrst."

Kafli 5: Listin að gera við

Hvatvísi getur leitt til **rof**—en það getur líka orðið hlið að **ekta, viðkvæm viðgerð**, sérstaklega þegar samstarfsaðilar læra hvernig á að:

- **Nafn** hvötin („ég brást fljótt af því að ég var í læti...“)
- **Eiga** áhrifin („Ég sé að það gagntók þig eða særði þig...“)
- **Hægðu þig** eftirleikurinn ("Getum við tekið pláss og snúið aftur að þessu?")
- **Búðu til áætlun** fyrir hvernig eigi að höndla svipuð augnablik í framtíðinni

Lykilviðgerðarverkfæri:

- "Ég tók eftir því að ég varð viðbragðshæfur - getum við gert hlé og endurstillt?"
- "Heilinn minn hljóp áfram og ég athugaði ekki með þarfir þínar. Fyrirgefðu."
- „Næst þegar ég finn fyrir þessu áhlaupi, getum við gert áætlun um hvernig á að takast á við það saman?

◆ **Endurramma fyrir ADHD samstarfsaðilann:**

"Þú ert ekki hvöt þín. Þú ert næsta skref þitt."

Kafli 6: Samskiptasamningar sem styðja hvatvísi

Hjón geta *fyrirbyggjandi* draga úr átökum með því að búa til ADHD-meðvitaða samskiptasamninga.

Dæmi:

- **„Bíddu og hugleiddu“ regla fyrir þung efni.** ("Við skulum ekki senda langan texta á vinnutíma - getum við innritað okkur klukkan 19 í staðinn?")
- **Skipulagðar útblástursfundir** þannig að félagi viti hvenær álag er gert ráð fyrir

- **„Timeout“ orð** að gera hlé á flóðastundum (t.d. „endurstilla“, „akkeri“)
- **Samskiptaílát** (t.d. textadagbækur, sameiginlegar athugasemdir, talskýrslur yfirfarnar á öruggum tímum)
- **Umhugsunartími fyrir ákvarðanir** ("Við skulum gefa það 24 klukkustundir áður en við segjum já/nei")

Þetta dregur úr núningi án þess að skamma hinn hvatvísa maka.

Kafli 7: Meðferðartæki fyrir hvatvísa heilann

Hagnýt verkfæri til að draga úr hita augnabliksins:

- **Hvatadagbækur**: staður til að skrifa það sem þú vilt segja eða gera, skoðaðu síðan aftur eftir klukkutíma
- **Líkamsbundin akkeri**: slá, jarðtengingaræfingar, djúp þrýstingur
- **Tímamælir og áminningar**: Gerðu hlé-ferlið utanaðkomandi (t.d. „Ef ég finn það enn eftir 10 mínútur mun ég bregðast við“)
- **Forrit fyrir samskipti**: eins og „Couples Journal,“ „Voxer“ eða „Reflectly“ fyrir ósamstillta, hægari samræður
- **Framkvæmdahlutverk samstarfsaðilar**: hvetja til innritunar fyrir hvatadrifnar ákvarðanir (t.d. stór kaup, tilfinningaþrungin texta)

🔶 **Mikilvæg athugasemd:**

Þessi verkfæri snúast ekki um að stjórna sjálfum þér til að þóknast maka þínum. Þeir snúast um að gefa taugakerfið þitt **meiri tíma og pláss til að taka gildisbundnar ákvarðanir**-sérstaklega ástfanginn.

Kafli 8: Sögur um von—ADHD pör sem fundu taktinn

Tilfelli 1: Taylor & Mia

Taylor, sem er með ADHD, myndi flæða Mia með raddglósum á vinnudeginum, oft á fundum. Mia fannst hún vanvirt og yfirþyrmandi. Þeir nota nú sameiginlegt „bílastæði“ skjal þar sem Taylor skrifar út hugsanir og sendir þær á umsömdum tímum. Tilfinningalegum þörfum er mætt, mörk eru virt.

Hús 2: Louis & Erin

Luis hrökklaðist frá gagnrýni meðan á rifrildum stóð og fór síðan í skömm. Erin myndi leggja niður. Þeir byrjuðu að nota „reiðidrög“ tölvupóst sem Luis skrifar en sendir ekki. Þegar ró kemur aftur ákveða þeir hvað, ef eitthvað, á að tala um. Rök þeirra eru nú minna sveiflukennd og uppbyggilegri.

Tilfelli 3: Naomi & Sam

Hvatvísar ákvarðanir Naomi (hætta störfum, bóka ferðir) hræddu Sam. Þeir bjuggu til 72 klukkustunda umhugsunarglugga fyrir helstu val. Naomi finnur enn til sjálfræðis – en tekur nú Sam með í ferlinu sínu og byggir upp traust.

Hluti 9: Endurskrifa frásögnina—frá „of miklu“ í „kröftuglega til staðar“

Hvatvísi er oft skammaður sem:

- "Of mikið."
- „Of tilfinningaríkt“
- "Of hratt."

En þegar mætt með uppbyggingu, samþykki og umhyggju, **hvatvís félagi verður einhver sem kemur með eld, sjálfsprottni, sköpunargáfu og dýpt** til sambandsins.

Þessi hluti býður samstarfsaðilum að **endurgera ADHD ekki sem truflun, heldur sem öðruvísi takt.**

Markmiðið er ekki að hætta alveg að vera hvatvís - það er að gera það **beina þeirri orku á þann hátt sem dýpkar tenginguna, ekki afvegaleiða hana.**

◆ **Staðfestir endurramma:**

- "Brýnt er umhyggja þín á hreyfingu."
- "Ákefð þín er ekki galli - það er taktur sem við erum enn að læra að dansa við."
- "Þú ert ekki of mikill - þú þarft bara pláss til að lenda."

Kafli 10: Hugleiðingar fyrir pör

Fyrir ADHD samstarfsaðilann:

- Hvenær hef ég tilhneigingu til að bregðast við eða tala of hratt?
- Hvað finn ég í líkamanum áður en ég trufla, bulla eða bregðast við?
- Hvað hjálpar mér að finna fyrir jarðtengingu?
- Hvert er samband mitt við þögn eða bið?

Fyrir samstarfsaðila:

- Hvenær finnst mér ég vera yfirfull af orku maka míns?
- Hvernig hef ég tilhneigingu til að bregðast við hvatvísi?
- Hvaða mörk get ég miðlað án þess að skammast mín?
- Hvar get ég búið til meira pláss fyrir ófullkomleika og viðgerðir?

Lokastaðfesting

„Hvöt gerir þig ekki brotinn — hann gerir þig mannlegan.

Hlé er kunnátta, ekki persónueinkenni.

Viðgerð er möguleg þegar báðir aðilar velja skilning fram yfir dómgreind, taktur fram yfir stífleika, náð fram yfir sektarkennd.

Og jafnvel á sóðalegustu augnablikunum geturðu snúið aftur til hvers annars — af heiðarleika, ásetningi og umhyggju.“

ÞRIÐJI HLUTI: ENDURBYGGING TENGSL

11. KAFLI: AÐ LÆRA HLÉIÐ

Að skapa tilfinningalegt öryggi og endurbyggja traust með samstjórnun og meðvituðum tengslum

---

Kafli Yfirlit

Að endurbyggja samband eftir viðvarandi misskilning, tilfinningalega meiðsli eða rof á trausti krefst meira en afsökunar – það krefst **nýr taktur í taugakerfi milli maka**. Þessi kafli býður lesendum inn í öfluga tengslaiðkun: **„hléið“.**

En þetta er ekki bara hlé á samtali - það er a **vísvitandi hægja á sér**, a **samstjórnað rými**, þar sem samstarfsaðilar læra að **svara frekar en bregðast við**, og þar sem lækning verður möguleg.

Hér er „hléið“ ekki kynnt sem þögn eða bæling, heldur sem a **helgisiði um tilfinningalegt öryggi**, a **tól fyrir gagnkvæma jarðtengingu**, og **brú á milli rofs og viðgerðar**-sérstaklega mikilvægt í taugavíkjandi samböndum þar sem regluleysi, lokun og misskilningur er algengt.

Þessi kafli mun veita styrkjandi grunn **samregluverkfæri**, útskýrðu **taugavísindin á bak við tilfinningalegt öryggi**, og leiðbeina pör í gegnum hvernig á að búa til persónulega **gera hlé á helgisiðum** sem tengjast aftur frekar en að hörfa.

Kafli 1: Af hverju við þurfum hléið

Í hvaða samböndum sem er, sérstaklega taugafjölbreytileikar, koma augnablik þegar allt finnst of mikið - of hratt, of hátt, of tilfinningalegt, of hrífandi. Þessar stundir leiða oft til **stigmögnun eða lokun**, hvort tveggja skemmdarverkasamband.

Taugavíkjandi einstaklingar, sérstaklega þeir sem eru með ADHD, einhverfu eða skynnæmi, geta:

- Bregðast hvatlega við
- Dragðu alveg til baka
- Farðu í lokun eða bræðsluástand
- Mislesið merki og stigmagnast óviljandi

Þessar stundir snúast ekki um persónugalla. Þeir eru um **truflun á taugakerfi**— og eina sjálfbæra leiðin fram á við er **skapaði tilfinningalegt öryggi í sameiningu**.

◆ **Innsýn:**

„Áður en við getum talað um traust þurfum við að tala um öryggi. Og áður en við getum talað um öryggi, þurfum við að tala um taugakerfisstjórnun."

Kafli 2: Hvað er hlé? (Og hvað það er ekki)

Margir misskilja hugtakið „að gera hlé" í samskiptum. Það er ekki forðast. Það er ekki steinsteypt. Það er ekki afnám. Það er **viljandi rými fyrir taugakerfi til að anda**.

Hlé er:

- Gagnkvæmt samkomulag um að hægja á
- Stuðpúði gegn hvarfvirkni
- Augnablik til að jarðtengja og endurstilla
- Verndunarverk — ekki refsing

Hlé er ekki:

- Að veita þöglu meðferðina
- Að halda eftir ástúð
- Að nota fjarlægð sem vopn

- Aftenging án samþykkis

◆ **Lykilboð:**

„Hléið er sameiginleg skuldbinding um nærveru, ekki fjarveru.

Kafli 3: Skilningur á samreglusetningu

Áður en við stjórnum sjálfum okkur verðum við að læra að stjórna meðvirkni - sérstaklega í tilfinningalega hlaðnu samstarfi.

Samstjórnun þýðir:

- Að róa hvert annað með nærveru
- Að bjóða upp á öryggi með óorðum vísbendingum (tón, hraða, líkamsstöðu)
- Notaðu stöðuga, jarðbundna helgisiði til að hjálpa báðum aðilum að snúa aftur í miðjuna
- Staðfesta óregluleg ríki í stað þess að laga þau eða forðast þau

Fyrir taugavíkjandi pör:

Sameftirlit gæti falið í sér **minna talað, meira mynstur**:

- Sameiginleg öndunaræfing
- Handkreisting sem þýðir „ég er hér"
- Athafnir í augnsambandi
- Róandi lagalisti eða hljóð
- Líkamleg vísbendingar (t.d. þyngdar teppi, mjúk lýsing)

◆ **Dæmi:**

„Þegar Alex byrjar að finna fyrir flóði segir Sam, félagi þeirra: „Við skulum malla í eina sekúndu." Þeir halda hvor um sig stein, þrýsta fótum sínum í gólfið og draga þrjár djúpar andann áður en þær halda áfram samtalinu."

Hluti 4: Hlé setningar—tungumál sem skapar öryggi

Stundum krefst augnablikið hlé, en ákafa ástandsins gerir það erfitt að biðja um slíkt án þess að stigmagnast. Þetta er þar **„hlé setningar"** orðið ómissandi - sameiginlegur tilfinningaorðaforði sem gefur til kynna þörf fyrir rými í a **óógnandi**, samþykkt leið.

Dæmi um hlé:

- "Getum við jarðað í smá stund?"
- „Ég vil bregðast vel við — getum við gert hlé?"
- "Mér finnst kerfið mitt verða hávært. Ég þarf nokkrar mínútur."
- „Þetta skiptir máli. Við skulum ekki flýta okkur."
- "Ég þarf endurstillingu, ekki hörfa."

Að búa til sérsniðnar hlé setningar gefur hverjum samstarfsaðila auglýsingastofu *og* gefur til kynna gagnkvæma umönnun.

◆ **Verkfæri:**

Búðu til a **„Hlé samningur"** saman. Spyrðu:

- Hvað þýðir hlé fyrir okkur?
- Hversu lengi er það?
- Tengjumst við aftur með texta, rödd eða í eigin persónu?
- Hvaða orð finnst óhætt að nota þegar við þurfum á því að halda?

Kafli 5: Helgisiðir um tilfinningalegt öryggi

Fyrir utan hlé geta pör byggt **helgisiði um endurkomu**— litlar, stöðugar aðgerðir sem gefa til kynna: *"Ég vel þig enn. Ég er enn hér."*

Tilfinningaleg öryggisathafnir geta falið í sér:

- **Endurtenging te**: að deila heitum drykk eftir hvert ósætti

- **Tilfinningaleg innritun á næturnar**: "Hvernig gekk okkur sem samstarfsaðilar í dag?"
- **„Ég er enn með þér“ bendingar**: sameiginleg setning, handmerki eða tákn
- **Skynræn festingarathafnir**: hlusta á róandi lagalista saman, kúra undir þungu teppi, lita hlið við hlið
- **Örugg rýmishorn**: sérstök svæði þar sem annar eða báðir félagar geta gert hlé án þess að skammast sín (hávaðadeyfandi heyrnartól, spennuleikföng, sjónræn róleg vísbendingar)

◆ **Æfingaráð:**

„Öryggisathafnir eyða ekki átökum – þær búa til takt þar sem búist er við rof og viðgerð og lifa af.

Kafli 6: Hvað gerist án hlés

Án hlés hafa samtöl tilhneigingu til að snúast í:

- Stækkun → Yfirgnæfandi → Lokun → Aftengjast

Sérstaklega í taugavíkjandi gangverki, skortur á hléi:

- Kemur af stað skynjunar- og tilfinningalegu ofhleðslu
- Eyðir traust („Þú lætur mig aldrei róa“)
- Styrkir áfallaviðbrögð ("ég verð að hverfa til að lifa af")
- Leiðir til varanlegrar afturköllunar eða ofurvöku

◆ **Endurramma:**

„Hlé er ekki að ganga í burtu. Það er að ganga í átt að öryggi – svo við getum snúið aftur betur.

Kafli 7: Tilfinningalegt öryggi og gluggi umburðarlyndis

Þessi hluti kynnir grundvallarhugtak í taugavísindum: **Gluggi umburðarlyndis**.

Í einföldu máli er þetta „svæðið“ þar sem við getum hugsað skýrt, hlustað djúpt og tengst á öruggan hátt.

Þegar við erum **fyrir ofan gluggann**, okkur finnst:

- Reiður
- Áhyggjufullur
- Ofviðbrögð

Þegar við erum **fyrir neðan gluggann**, okkur finnst:

- Dofi
- Leggðu niður
- Aðskilinn

Hléið færir okkur aftur inn um gluggann— aftur í tengingu, getu og skýrleika.

Hvernig samstarfsaðilar geta hjálpað hver öðrum að vera í glugganum:

- Talaðu hægar
- Lægri söngtónn
- Draga úr bakgrunnshljóði
- Snertu varlega (með samþykki)
- Bjóða upp á skynstuðning
- Andaðu saman
- Spyrðu: "Hvað myndi líða jarðtengingu núna?"

Kafli 8: Raunveruleg dæmi um pör sem nota hléið

Saga 1: Malik & Jordan

Malik, sem er einhverfur, verður oft gagntekinn af háværum tónum og kaldhæðni. Jordan var vanur að þrýsta á um svör strax. Nú, þegar spennan eykst, segja þeir: „Við skulum þegja. Þeir fara hver í sitt skynjunarhorn með hávaðadeyfandi heyrnartólum og snúa svo aftur eftir 10 mínútur. Bardagar eru styttri - og þeim finnst þeir vera tengdari eftir.

Saga 2: Nia & Oliver

Nia er með ADHD og hefur tilhneigingu til að snúast tilfinningalega í átökum. Oliver myndi leggja niður. Þau hafa búið til helgisiði: þegar annar hvor félaginn segir: „Við skulum sleppa akkeri," sitja þau saman, anda samstillt og deila þremur orðum sem lýsa því sem þeim líður. Þetta „tilfinningalega akkeri" heldur þeim til staðar og dreifir viðbrögðum.

Kafli 9: Hvernig hlé byggir upp langtímatraust

Traust er ekki bara byggt með orðum. Það er byggt í gegn **mynstur öryggis**. Þegar samstarfsaðilar sýna fram á aftur og aftur að þeir geti:

- Taktu þér pláss *án þess að yfirgefa*
- Stjórna tilfinningum *án sök*
- Komdu aftur með skýrleika og umhyggju

...traust verður holdgert. Fæst. Öruggt.

Hlé kennir taugakerfinu að:

- „Það er allt í lagi að hægja á sér"
- „Ég þoli óþægindi"
- „Maki minn fer ekki þegar það verður erfitt."

Þetta ryður brautina fyrir **tilfinningalega nánd** sem er sjálfbært, ekki viðkvæmt.

◆ **Innsýn:**

„Öryggi er ekki byggt upp í hámarki – það er byggt í því hvernig við tökum á erfiðum augnablikum.

Kafli 10: Íhugun og æfing

Fyrir lesandann:

- Hvernig lítur viðbrögð út í sambandi mínu?
- Óttast ég hlé? Hvers vegna?
- Hvaða setningu gæti ég notað til að gefa til kynna þörf fyrir hlé?
- Hvaða skynjunarathafnir hjálpa mér að komast aftur í ró?

- Hvernig get ég stutt maka minn í að stjórna, jafnvel þegar ég er stjórnlaus?

Æfing æfing:

- **Búðu til hléáætlun** með maka þínum. Innifalið:
    - Gagnkvæm setning
    - Tímabil
    - Endurtengingarathöfn
    - Hvað hver félagi mun gera í hléinu
    - Hvað hjálpar hverjum félaga að snúa aftur

Lokastaðfesting

„Hvert samband lendir í ólgu. Það sem skiptir mestu máli er ekki hversu hratt þú kemst framhjá því – heldur hversu varlega þú staldrar við það.

Hléið er heilagt boð.

Ekki til að yfirgefa hvert annað - heldur til að snúa aftur með anda, með nærveru og með nýjum skilningi: *Við getum hægt á okkur og enn elskað hvort annað hér.*"

Fögnum taugaafvikum leiðum til tengingar með ástúð, nærveru og ómálefnalegum samskiptum

---

Kafli Yfirlit

Í heimi sem oft skilgreinir nánd með orðum og augljósum tjáningum, kenna taugaskiptingarsambönd okkur dýpri sannleika: **tenging er yfir hefðbundin samskipti**. Það þrífst í þögn, í fíngerðum sameiginlegum takti, í einstökum skyntjáningum og í mildum dansi „að vera saman" án stöðugra orðaskipta.

Þessi kafli er hátíð og boð. Það heiðrar **fjölbreyttar leiðir sem ástúð og tengsl koma fram** í taugavíkjandi samstarfi - í gegnum **örvun, þögn, samhliða leikur og sameiginlegur ofurfókus**— og hvernig að taka á móti þessum mismun getur orðið grunnurinn að sterkari, ríkari böndum.

Lesendur munu læra hvernig á að þekkja og meta óhefðbundnar tjáningar ást og nærveru, dýpka skilning sinn á skyn- og tilfinningaheimi maka síns og skapa **„sameiginleg rými"** sem hlúir að tengingu á skilmálum sem finnast ósvikin og örugg fyrir báða aðila.

Kafli 1: Endurskilgreina ástúð og tengsl

Margir búast við því að væntumþykjan líti út á einhvern ákveðinn hátt - haldast í hendur, tíðar munnlegar staðfestingar eða líkamlega nálægð. En fyrir taugavíkjandi einstaklinga, **tjáning ástarinnar tekur oft á sig form sem passar ekki við þessar væntingar**. Stundum er ástin hljóðlát, lúmsk, skynjun eða jafnvel að því er virðist „skrýtin" fyrir utanaðkomandi.

Dæmi um fjölbreytta ástúð:

- Stimma saman (taktsláttur, rokkandi, tuðrandi)
- Samhliða leikur eða athafnir gerðar hlið við hlið án þess að tala
- Að deila ofurfókus á verkefni eða áhugamál
- Ást án orða: augnaráð, bros, ákveðinn ilmur eða kunnugleg venja

◆ **Lykilhugmynd:**

"Ástin er ekki alltaf hávær. Hún er oft að finna í mjúkum takti nærverunnar og sameiginlegri þögn tveggja manna."

Kafli 2: Hvað er örvun og hvers vegna skiptir það máli?

"Stimming" er stytting á **sjálfsörvandi hegðun** sem margir taugavíkjandi fólk notar til að stjórna skynjun sinni og tilfinningalegu ástandi.

Algeng áreiti eru:

- Handflögur eða fingursmellur
- Rokkar eða skeiðar
- Endurtekin hljóð eða orðasambönd
- Að fikta við hluti

Hvers vegna örvun er athöfn sjálfs umhyggju - og tengingar

- Atkvæðagreiðsla **hjálpar til við að stjórna yfirþyrmandi skynjunarinntaki**.

- Það **dregur úr kvíða og streitu**.
- Það getur verið a **uppspretta gleði og ró**.
- Þegar deilt er á milli maka verður örvun a **gagnkvæm tjáning þæginda og öryggis**.

Í samböndum, að taka eftir og jafnvel taka þátt í örvandi hegðun maka þíns getur verið öflugt samkennd og sameiginleg nærvera.

◈ **Innsýn:**

„Þegar félagi minn æsir, þá er það ekki sérkennilegt að laga – það er gluggi inn í innri ró þeirra.

Kafli 3: Þögn sem nærvera, ekki fjarvera

Þögn getur verið uppspretta misskilnings í samböndum, sérstaklega þegar annar maki túlkar það sem afturköllun eða afskiptaleysi. Þessi kafli endurspeglar þögn sem a **gild og innihaldsrík leið til að vera til staðar**.

Tegundir þögn í taugavíkjandi samböndum:

- Þægileg þögn: tvær manneskjur deila plássi án þrýstings til að fylla það
- Hugsandi þögn: að vinna úr tilfinningum eða skynjunarofhleðslu innra með sér
- Viljandi þögn: að velja að tala ekki til að forðast stigmögnun
- Læknandi þögn: hlé til að safna saman og tengjast aftur

◈ **Reframe fyrir lesendur:**

„Þögn er ekki tóm. Þetta er sameiginlegur andardráttur, róleg höfn í stormi samtalsins."

Hluti 4: Sameiginlegt rými – handan samtals

Oft finna taugavíkjandi makar dýpstu tengslin ekki með því að tala heldur með því **einfaldlega að vera saman**. Þetta gæti litið svona út:

- Taka þátt í aðskildum en samhliða athöfnum (t.d. einn lestur, ein teikning)
- Að vinna í hljóði að sameiginlegu áhugamáli eða áhugamáli
- Að deila skynjunarupplifunum (hlusta á tónlist, horfa á náttúruna)
- Að búa til umhverfi þar sem bæði geta örvað eða slakað á á öruggan hátt

Þetta **sameiginlegt rými** virðir þörf hvers samstarfsaðila fyrir sjálfræði og tengingu samtímis.

◆ **Dæmi:**

"Marissa og Lee eyða oft klukkutímum í sama herbergi - Marissa vinnur að list sinni, Lee smíðar fyrirmyndir af lestum sínum. Þær segja kannski ekki mikið, en þægindi sameiginlegrar nærveru heldur þeim djúpum tengslum."

Kafli 5: Ofurfókus sem leið til nándarinnar

Fyrir marga taugavíkjandi einstaklinga, **ofurfókus** er ástand mikillar einbeitingar sem getur verið hrífandi og djúpt gefandi.

Í samböndum getur ofurfókus verið:

- Uppspretta spennu ef einn maki finnst hunsaður
- Leið að djúpri tengingu þegar henni er deilt eða stutt

Hvernig á að breyta ofurfókus í sameiginlega tengingu:

- Að bjóða maka þínum að **deila einbeittum áhugamálum sínum** án dóms
- Að virða þörfina fyrir óslitinn flæðitíma
- Að búa til **helgisiði í kringum ofurfókus**, eins og að innrita sig fyrir og eftir
- Að finna leiðir til að taka þátt í eða fagna áherslusviðinu

◆ **Hvetjandi skilaboð:**

„Offókus er ekki hindrun - það er tækifæri til að uppgötva nýja heima saman.

Kafli 6: Að lesa óorða ástúð

Neurodivergent makar tjá oft ást í gegnum **óorðin vísbendingar** sem getur verið lúmsk eða auðvelt að missa af.

Sem dæmi má nefna:

- Sérstakar bendingar (hönd á bakinu, létt snerting á handleggnum)
- Uppáhalds lykt eða áferð
- Helgisiðir eins og að útbúa valinn snarl eða drykk
- Umhverfisvísbendingar: dimma ljós, kveikja á uppáhalds lagalista

Að læra að **þekkja og bregðast við þessum vísbendingum** dýpkar nánd og dregur úr misskilningi.

🔹 **Æfing fyrir lesendur:**

"Fylgstu með maka þínum í viku. Taktu eftir litlu hlutunum sem hann gerir sem finnst eins og umhyggjusöm. Hugleiddu og deildu athugunum þínum með þeim."

Kafli 7: Að sigla um mun á skynþörfum

Sameiginlegt rými krefst **næmi fyrir skynvillum og mörkum**.

Til dæmis:

- Annar félagi gæti þurft að vera rólegur, en hinn nýtur bakgrunnshávaða
- Mismunandi hitastig eða lýsingarstillingar
- Fjölbreytt þægindi með líkamlegri snertingu

Að búa til **gagnkvæm skynjunaraðstaða** hjálpar til við að gera sameiginlega nærveru nærandi, ekki tæmandi.

🔹 **Ábending:**

„Spyrðu: „Hvaða skynjunaraðstæður hjálpa þér að líða öruggur núna?“ og virtu svörin.“

Kafli 8: Þegar munur veldur gremju

Óhjákvæmilega munu makar stundum líða einmana eða ótengdir þegar ástúð þeirra er mismunandi.

Þessi kafli hjálpar lesendum:

- Þekkja augnablik þegar þögn er eins og höfnun
- Komdu á framfæri þörfum fyrir skýrari tengingu
- Biddu um skýringar frekar en að gera ráð fyrir
- Búðu til málamiðlunarsiði sem blanda saman stílum beggja félaga

◆ **Hagnýtt verkfæri:**

Notaðu „Ástúðarskrá“ til að bera kennsl á og deila uppáhalds leiðunum þínum til að gefa og þiggja ást.

Kafli 9: Sögur af tengslum

Saga 1: Eva & Marcus

Evu, sem er með einhverfu, finnst munnlegar staðfestingar yfirþyrmandi en tjáir ást með sameiginlegum örvandi helgisiðum og skipulagningu umhverfisins. Marcus, taugatýpískur, lærði að „lesa“ ástúðleg ástungur Evu sem djúpt náinn. Saman þróuðu þeir „kyrrðarstund“ helgisiði þar sem þeir sitja hlið við hlið og rugga varlega á meðan þeir hlusta á umhverfistónlist.

Saga 2: Zara & Neil

Zara, með ADHD, einbeitir sér oft að list sinni og finnst félagsleg samskipti tæmandi. Neil styður hana með því að búa til samhliða leiktíma - hann les eða leiki í nágrenninu án þess að pressa á samræður. Sameiginleg þögn þeirra er orðin ástarmál þeirra.

Kafli 10: Áfram — Búðu til þín eigin sameiginlegu svæði

Kaflanum lýkur með gagnlegum leiðbeiningum fyrir lesendur:

- Búðu til „samnýtt rými“ heima sem er tileinkað rólegum, skynjunarvænum samskiptum.
- Hannaðu helgisiði fyrir sameiginlega örvun, samhliða leik eða ofurfókus.
- Þróaðu persónulegar setningar og pásusetningar til að heiðra þögnina án misskilnings.
- Æfðu þig í að taka eftir og tjá ástúð án orða.

Hugleiðingarboð:

- Hvaða óorða vísbendingar notar maki minn til að tjá ást?
- Hvernig sýni ég ástúð án orða?
- Hvaða sameiginlegir helgisiðir færa okkur nær?
- Hvernig getum við búið til öruggara, skynvænlegra rými saman?

Lokastaðfesting

„Ást er ekki einhlít.

Það er að finna í mildum töppunum, sameiginlegri kyrrðinni, augnablikunum hlið við hlið og taktunum sem aðeins við skiljum.

Þegar við heiðrum mismun okkar á ástúð og nærveru byggjum við upp tengsl sem eru óhagganleg, djúpnærandi og einstök okkar.“

Hvernig samfélagsvæntingar og stigma hafa áhrif á taugavíkjandi sambönd

---

Kafli Yfirlit

Í þessum kafla könnum við hina öflugu og oft ósýnilegu öfl sem vega þungt á taugavíkjandi samböndum - **samfélagslegar væntingar, viðmið og fordómar** sem krefjast samræmis, „eðlileika" og þöggunar um mismun. Þessi ytri þrýstingur er eins og auka byrði, sem bætir við áskorunum sem pör standa nú þegar frammi fyrir með samskiptum og tilfinningalegri aðlögun.

Lesendur munu fá innsýn í skaðleg áhrif fordóma, grímu, kynjaviðmiða og félagslegs misskilnings á sambönd þeirra. Mikilvægast er að þessi kafli býður upp á staðfestingu, verkfæri til seiglu og hvatningu til að hafna skaðlegum væntingum í þágu **áreiðanleika, sjálfsviðurkenningu og róttæka sjálfssamkennd**.

Kafli 1: Ósýnilega byrði samfélagslegra væntinga

Samfélagið krefst þess oft að við „passum inn", hagum okkur „viðeigandi" og hittumst **ósagðar reglur** um hvernig sambönd ættu að líta út og líða. Þessi viðmið geta verið:

- Hvernig félagar hafa samskipti ("pör tala allan tímann")
- Hvernig ástúð er sýnd (líkamleg snerting eða munnleg staðfesting)
- Hvaða hlutverk félagar ættu að taka að sér (byggt á kyni eða menningarlegum handritum)
- Hvernig lítur árangur í sambandi út (stöðug sátt, hefðbundin tímamót)

Fyrir taugavíkjandi pör eru þessar væntingar **oft óraunhæft, stangast á við ekta lífshætti þeirra.**

Hvernig þetta skapar þrýsting:

- Finnst „minna en“ eða „óeðlilegt“ fyrir náttúrulega taugavíkjandi hegðun
- Gríma eða fela hið sanna sjálf til að forðast dómgreind
- Leitast við að uppfylla ómögulega staðla, sem leiðir til kulnunar og gremju

◆ **Hugleiðing lesenda:**

"Hefur þú einhvern tíma fundið þörf fyrir að "hegða þér eðlilega" til að vera samþykkt af maka þínum, fjölskyldu eða samfélaginu? Hvernig var það?"

Hluti 2: Grímufyrirbærið — tvíeggjað sverð

Gríma þýðir að fela eða bæla náttúrulega taugavíkjandi eiginleika til að virðast „dæmigerí“. Þetta getur falið í sér:

- Fyrir einhverfu: þvinga augnsamband, bæla áreiti, líkja eftir félagslegum skriftum
- Fyrir ADHD: hylja hvatvísi, ofjöfnun með ofurfókus
- Fyrir bæði: gera lítið úr skynnæmi eða tilfinningalegum viðbrögðum

Kostnaður við grímu:

- Þreyta og tilfinningaþroska
- Tap á ekta sjálfstjáningu
- Aukinn kvíði og þunglyndi
- Minnkuð nánd vegna þess að félagar tengjast framhlið, ekki raunverulegri manneskju

Masking hefur einnig áhrif á gangverk sambandsins vegna þess að félagar geta óafvitandi orðið ástfangnir af grímuklæddu persónunni frekar en manneskjunni allri.

◆ **Hvetjandi innsýn:**
„Grímun getur verndað okkur fyrir dómi, en hún byggir líka múra utan um okkar sanna sjálf – múra sem ást á erfitt með að klífa.

Kafli 3: Kynviðmið og taugaafbrigði
Hefðbundin hlutverk kynjanna stangast oft á við taugavíkjandi veruleika. Til dæmis:

- Oft er ætlast til að konur séu tilfinningalega tjáningarfullar, nærandi og félagslega „auðveldar“. Taugavíkjandi konur gætu átt í erfiðleikum með þessi handrit.
- Gert er ráð fyrir að karlmenn séu stóískir, veitendur og tilfinningalega hlédrægir, sem getur verið erfitt fyrir taugabilaða karlmenn sem upplifa aukna tilfinningasemi eða félagslegar áskoranir.

Hvernig kynjaviðmið hafa áhrif á sambönd:

- Þrýstingur til að laga sig getur valdið misskilningi og átökum.
- Bæling á tilfinningum eða þörfum til að passa hlutverk leiðir til óánægju.
- Samstarfsaðilar gætu mislesið hver annan í gegnum kynbundnar væntingar frekar en einstakar taugavíkjandi reynslu.

◆ **Ákall til aðgerða:**
„Hafnaðu takmarkandi forskriftum. Sjáðu maka þinn sem einstaka manneskju, ekki staðalímynd af kyni.“

Kafli 4: Stigma og innbyrðis skömm
Margir taugasveigjanlegir einstaklingar innbyrða neikvæð skilaboð samfélagsins um mismun þeirra, sem leiðir til skömm og lágs sjálfsmats.
Áhrif á sambönd:

- Samstarfsaðilar gætu forðast að ræða taugamismun þeirra opinskátt og skapa leynd.
- Skömm leiðir til varnar eða afturköllunar.
- Ótti við að vera „of mikið“ eða „ekki nóg“ veldur tilfinningalegri fjarlægð.

Þessi innbyrðis fordómar geta gert það erfitt að biðja um stuðning eða að tala fyrir gistingu sem myndi hjálpa sambandinu að dafna.

◈ **Styrkjandi skilaboð:**

"Þú ert ekki niðurbrotinn. Ágreiningur þinn er ekki halli. Hann er hluti af einstaka ljóma þínum."

Kafli 5: Félagsleg einangrun og skortur á skilningi

Pör með taugaveiklun standa oft frammi fyrir einangrun vegna þess að vinir, fjölskylda eða samfélagið misskilja samskiptastíl þeirra og samskiptatakta.

- Félagsleg boð geta verið yfirþyrmandi eða óaðgengileg.
- Dómsfullar athugasemdir eða uppáþrengjandi spurningar geta dregið úr sjálfstraustinu.
- Skortur á stuðningi sem staðfestir taugafjölbreytni gerir pörum einmana.

Hvernig einangrun eykur þyngdina:

Án stuðningsnets bera félagar sjálfir alla tilfinningalega vinnu, sem eykur streitu og viðkvæmni fyrir átökum.

◈ **Hvatning:**

"Að byggja upp valið samfélag þitt - fólk sem skilur og samþykkir taugadreifingu - er byltingarkennd sjálfsumönnun."

Kafli 6: Fjallað um væntingar frá fjölskyldu og vinum

Væntingar utanaðkomandi geta bætt við álagi:

- Þrýstingur á að hafa „dæmigerða" áfanga (hjónaband, börn, störf)
- Misskilningur eða frávísun á taugavíkjandi áskorunum
- Að fara yfir mörk með óumbeðnum ráðum eða dómum

Þetta getur valdið því að maka finnst þeir vera misskildir og einir, eða jafnvel efast um réttmæti sambandsins.

◆ **Ráð fyrir lesendur:**

"Settu mörk sem vernda sambandið þitt. Talaðu varlega, en ákveðið, fyrir þörfum þínum."

Kafli 7: Að endurheimta áreiðanleika og sjálfssamkennd

Mótefnið við ytri þrýstingi er **róttæka áreiðanleika og sjálfsvorkunn**.

Aðferðir til að endurheimta sannleikann þinn:

- Æfðu núvitund til að taka eftir því þegar þú ert að hylja eða leitast við ómögulega staðla
- Deildu ótta og óöryggi opinskátt með maka þínum
- Fagnaðu taugavíkjandi styrkleika þínum sem eignum, ekki galla
- Búðu til sameiginlega helgisiði sem heiðra þitt sanna sjálf

◆ **Öflug staðfesting:**

„Ég er verðugur ástar eins og ég er, grímulaus og ófeiminn.

Kafli 8: Hvernig á að standast og endurskilgreina viðmið

Lesendur læra hagnýtar leiðir til að ögra og endurskilgreina samfélagslegar væntingar:

- Búðu til þínar eigin sambands„reglur“ sem passa við einstaka taugavíkjandi þarfir þínar
- Fræddu félagshringinn þinn um taugafjölbreytileika til að efla skilning
- Leitaðu til taugavíkjandi meðferðaraðila eða stuðningshópa
- Notaðu samfélagsmiðla og samfélagsrými til að finna tengingu og staðfestingu

🔷 **Hvetjandi hugsun:**

„Í hvert skipti sem þú lifir ósvikinn, lýsir þú braut fyrir aðra til að gera slíkt hið sama.

Kafli 9: Sögur af seiglu

Saga 1: Jamie & Alex

Jamie dulaði ADHD þeirra í mörg ár til að passa inn í „afkastamikið, skipulagt“ mót. Alex, einhverfur, glímdi við félagsleg viðmið um kyn og tjáningu. Saman fundu þau lækningu með því að hafna væntingum annarra, ræða opinskátt um ágreining þeirra og byggja upp líf sem endurspeglaði ekta sjálf þeirra - fullkomið með óhefðbundnum störfum, fljótandi kynjatjáningu og sameiginlegri ást á rólegum kvöldum.

Saga 2: Priya & Sam

Priya og Sam stóðu frammi fyrir þrýstingi frá fjölskyldu um að „normalisera“ taugavíkjandi dóttur sína, sköpuðu Priya og Sam mörk sem virtu þarfir barnsins þeirra og þeirra eigin sem par. Þeir urðu talsmenn í samfélagi sínu, hjálpuðu til við að eyða fordómum og byggja upp stuðningsnet.

Kafli 10: Áfram — Að faðma frelsi

Þessum kafla lýkur með hvatningu og hagnýtum verkfærum fyrir lesendur til að létta vægi samfélagslegra væntinga:

- Dagbókarskrif hvetja til að kanna innbyrðis fordóma
- Æfingar til að bera kennsl á og hafna skaðlegum viðmiðum
- Samskiptasniðmát til að setja mörk við fjölskyldu eða vini
- Staðfestingar til að iðka daglega sjálfssamkennd

Hugleiðingarboð:

- Hvaða samfélagslegar væntingar vega þyngst á sambandi mínu?
- Hvernig hef ég grímað eða falið hluta af sjálfum mér til að passa inn?
- Hvernig myndi það líða að lifa raunverulegri lífi í sambandi mínu?
- Hver getur stutt mig í því að standast fordóma og fagna taugavíkkun?

Lokastaðfesting

„Þungi heimsins getur verið þröngsýnn – en hann skilgreinir okkur ekki.

Þegar við veljum áreiðanleika fram yfir samræmi, samúð fram yfir dómgreind,

við endurheimtum frelsi til að elska að fullu, innilega og sannarlega – á okkar eigin forsendum.“

Hvernig pör geta í sameiningu búið til þýðingarmikil helgisiði sem heiðra þarfir beggja félaga

---

Kafli Yfirlit

Í þessum kafla könnum við umbreytingarkraftinn **helgisiði**— vísvitandi, stöðugar, sameiginlegar venjur — sem pör geta hannað og aðlagast til að heiðra einstaka taugavíkjandi eiginleika þeirra og takta í sambandi. Ólíkt samfélagslegum væntingum um „dæmigerða" parastarfsemi, þá eru taugavíkjandi helgisiðir það **sniðin að því að styðja við skynþarfir, samskiptastíl, tilfinningalega stjórnun og persónulegar óskir**.

Lesendum verður leiðbeint í gegnum að skilja hvers vegna helgisiðir skipta máli, hvernig þeir hjálpa til við að byggja upp tengsl og öryggi og hagnýt skref til að finna upp helgisiði sem finnast ekta, nærandi og viðhalda. Þessi kafli er verkfærakista til að skapa tengslaumhverfi þar sem báðir aðilar geta dafnað, vaxið nánar og fundið fyrir djúpum augum.

Kafli 1: Hvers vegna helgisiðir skipta máli í taugavíkjandi samböndum

Vísindi og andi helgisiða

Helgisiðir eru meira en venjur eða venjur. Þeir bera merkingu og táknmynd sem hlúa að **fyrirsjáanleika, öryggi og tengingu**- allt mikilvægt fyrir taugavíkjandi einstaklinga sem geta upplifað heiminn sem ófyrirsjáanlegan eða yfirþyrmandi.

- Helgisiðir veita **uppbyggingu** sem hjálpar til við að stjórna kvíða og skynjunarofbeldi.
- Þeir skapa **örugg rými** fyrir tilfinningatjáningu og varnarleysi.
- Þeir stofna **sameiginlegt tungumál** og reynslu sem styrkja böndin.
- Helgisiðir heiðra taugavíkjandi mun frekar en að bæla hann niður.

◆ **Hugleiðing lesenda:**

"Hugsaðu um helgisiði sem þú hefur nú þegar í sambandi þínu, sama hversu lítill. Hvernig líður þér?"

Hluti 2: Að hreyfa sig lengra en „dæmigert" hjónasiðir

Margir samfélagslegir helgisiðir (afmæli, kvöldverðardagar, rómantísk frí) eru hönnuð með taugatýpísk viðmið í huga, þar sem oft er lögð áhersla á tilfinningalega tjáningu, félagslega virkni eða skynjunarörvun sem hentar kannski ekki taugavíkjandi maka.

Hvers vegna hefðbundin helgisiði mistakast stundum taugavíkjandi pör:

- Ofhleðsla skynjunar í fjölmennu, hávaðasömu umhverfi
- Tilfinningalegur styrkur sem finnst yfirþyrmandi eða ósanngjarn
- Stífar væntingar sem hunsa sveiflukenndar þarfir eða orkustig

Að faðma nýja helgisiði:

Neurodivergent pör þurfa **sveigjanleika, skynjunarvitund og gagnkvæmt samþykki** að búa til helgisiði sem finnst nærandi, ekki tæmandi.

◆ **Hvetjandi innsýn:**

"Hiðsiðir eru ekki einhlítir. Bestu helgisiðirnir vaxa úr einstökum takti og gagnkvæmri virðingu."

Kafli 3: Samsköpun—Hjarta helgisiðabyggingar

Að búa til helgisiði í sameiningu þýðir að báðir aðilar taka virkan þátt í að hanna og viðhalda starfsháttum sem mætast **bæði þarfir þeirra og óskir**.

- Notaðu opna samræðu til að ræða það sem hver félagi metur.
- Deildu skynjunarlíkum/mislíkar til að koma í veg fyrir ofgnótt.
- Samið um hvernig og hvenær helgisiðir eiga sér stað, sem gerir ráð fyrir aðlögun.

Dæmi um spurningar fyrir pör:

- Hvers konar athafnir eru jarðtengdar eða gleðilegar?
- Hversu mikil skynörvun er þægileg?
- Hvaða tíma dags eða viku finnst best að tengjast?
- Hvernig viljum við merkja sérstök tilefni eða umskipti?

◈ **Æfing:**

"Búðu til lista yfir hluti sem róa þig, æsa þig eða tengja þig. Deildu með maka þínum og búðu til sameiginlegan "siðferðisóskalista."

Kafli 4: Dæmi um taugavíkjandi helgisiði

Sjónræn dagatöl og fyrirsjáanleg tímaáætlun

Notaðu litakóðuð sjónræn dagatöl eða forrit til að kortleggja vikuáætlanir, dagsetningarnætur eða innritunartíma. Þessi fyrirsjáanleiki dregur úr kvíða og undirbýr maka fyrir umskipti.

Skynvænar stefnumótakvöld

Að búa til stefnumót heima eða í rólegu, stýrðu umhverfi - eins og að horfa á uppáhaldsþætti með þyngdarteppi, elda einfaldar máltíðir saman eða ganga í náttúrunni í friðsælum aðstæðum.

Rólegur bindingartími

Sameiginleg þögn eða samhliða leik (t.d. að lesa í sama herbergi, gera list hlið við hlið) sem stuðlar að tengingu án þrýstings um munnleg samskipti.

Að kjósa saman

Að taka þátt í sjálfsróandi athöfnum eins og að rugga, fikta eða endurteknar hreyfingar sem sameiginlegt, viðurkennt form tilfinningalegrar stjórnunar.

„Hlé“ helgisiði

Notaðu „hlé setningu“ eða merki til að hægja á umræðum, draga þig í hlé eða innrita þig tilfinningalega.

◆ **Dæmi:**

„Ella og Marco komust að því að uppáhalds helgisiðið þeirra var að sitja saman í skynjunarvænum skoti með hávaðadeyfandi heyrnartólum og mjúkri lýsingu - einfaldlega að njóta félagsskapar hvors annars án þess að tala.“

Kafli 5: Helgisiðir sem tilfinningaleg akkeri

Þegar lífið verður ófyrirsjáanlegt eða streituvaldandi, virka helgisiðir sem **tilfinningaleg akkeri**—áminningar um að samstarfsaðilar geti reitt sig á hvert annað og öryggi sameiginlegs rýmis.

- Helgisiðir slíta pör við bráðnun eða lokun.
- Þeir veita umgjörð fyrir viðgerðir eftir átök.
- Helgisiðir verða leið til að **fagna taugavíkjandi sjálfsmynd** og seiglu.

◆ **Lesendainnsýn:**

"Siðir þínir eru tungumál kærleikans sem talar sannleika þinn og byggir upp athvarf þitt."

Kafli 6: Skynfræðileg sjónarmið í ritual hönnun
Vegna þess að skynþarfir eru mjög mismunandi meðal taugavíkjandi fólks verða helgisiðir að vera það **skynjunarupplýst**.

- Þekkja skynjunarhvata til að forðast (t.d. hávaða, björt ljós, sterk lykt)
- Innifalið róandi skynfæri: vegin teppi, mjúk áferð, kunnugleg lykt
- Íhugaðu tímasetningu til að forðast þreytu eða yfirþyrmingu
- Notaðu skynvæn verkfæri eins og hávaðadeyfandi heyrnartól eða áþreifanleg leikföng

◆ **Hagnýt ráð:**
„Áður en þú skipuleggur helgisiði skaltu athuga með maka þínum: „Hvernig líður skilningarvitunum í dag? Hvaða umhverfi þarftu?"""

Kafli 7: Helgisiðir sem styðja samskipti
Mörg pör glíma við sjálfsprottna tilfinningatjáningu, þannig að helgisiðir geta unnið að samskiptum á taugadreifingarvænan hátt:

- Áætluð innritun með ákveðnum spurningum eða leiðbeiningum
- Að skrifa bréf eða minnismiða sem trúarleg samskipti
- Notkun forrita eða sameiginlegra dagbóka til að rekja tilfinningar og áætlanir
- Helgisiðir til að leysa átök, svo sem „kólnandi" helgisiði eða sættir

◆ **Samskiptasniðmát Dæmi:**

„Dagleg 5 mínútna innritun: Hver félagi deilir einum jákvæðum hlut og einni áskorun og viðurkennir síðan reynslu hins.

Kafli 8: Helgisiðir fyrir hátíðir og umskipti

Neurodivergent pör geta einnig skapað nýjar leiðir til að fagna tímamótum og umbreytingum sem finnast þroskandi og viðráðanlegar:

- Einfaldir, skynjunarvænir hátíðir (t.d. uppáhaldsmáltíð, sérstök tónlist)
- Helgisiðir til að merkja breytingar eins og að flytja heimili, breytingar á störfum eða afmæli
- Að búa til tákn eða tákn (steina, listaverk) til að minnast augnablika
- Helgisiðir til að enda daginn eða vikuna — „lokunarathafnir“ sem gefa til kynna hvíld og endurnýjun

◆ **Hvetjandi hugsun:**

„Hátíðir þurfa ekki að vera háværar eða stórkostlegar til að vera djúpstæðar - þær þurfa bara að vera ósviknar.

Kafli 9: Að sigrast á áskorunum í ritual myndun

Þó að helgisiðir hafi marga kosti, gætu pör staðið frammi fyrir hindrunum eins og:

- Viðnám gegn breytingum eða nýjum venjum
- Mismunandi skynjunar- eða tilfinningalegar þarfir
- Tímatakmarkanir eða misvísandi tímasetningar
- Tilfinning um sjálfsmeðvitund eða óþægindi

Aðferðir til að yfirstíga hindranir:

- Byrjaðu smátt og vertu þolinmóður
- Einbeittu þér að helgisiðum sem veita gleði, ekki skyldu
- Notaðu húmor og sköpunargáfu til að draga úr spennu

- Skoðaðu og endurskoðaðu helgisiði reglulega til að halda þeim ferskum og áhrifaríkum

◆ **Lesendahvatning:**

„Siðir stækka og þróast alveg eins og sambandið þitt - gefðu þér leyfi til að gera tilraunir og aðlagast.

Kafli 10: Að bjóða taugafjölbreytileika inn í sambandsmenningu þína

Að lokum, að búa til helgisiði er leið til að byggja upp a **tengslamenning sem staðfestir taugafjölbreytileika**— rými þar sem heila beggja félaga er heiðrað, ágreiningi fagnað og ást tjáð á þínum eigin forsendum.

- Helgisiðir verða heilagir athafnir gagnkvæmrar virðingar og staðfestingar.
- Þeir efla öryggi og dýpka nánd með því að viðurkenna og umfaðma taugabil hvers og eins.
- Helgisiðir rækta þolgæði andspænis samfélagslegum þrýstingi og misskilningi.

◆ **Öflug staðfesting:**

"Siðir okkar eru griðastaður okkar. Hér hittumst við hvort annað að fullu, án afsökunar eða tilgerðar."

Kafli 11: Aðgerðarskref og æfingar

Æfing 1: Ritual Brainstorming Session

Taktu frá tíma með maka þínum til að hugleiða mögulega helgisiði. Notaðu boð eins og:

- Hvaða daglegu eða vikulegu augnablik viljum við gera sérstakar?
- Hvaða skynþarfir gætum við stutt saman?
- Hvernig getum við gefið til kynna „Ég þarf hlé“ á kærleiksríkan hátt?

Æfing 2: Búðu til Visual Ritual Calendar

Hannaðu sameiginlegt dagatal (líkamlegt eða stafrænt) sem undirstrikar helgisiði, skynjunarvænar athafnir og innritun.

Æfing 3: Sensory Comfort Kit

Búðu til sett með hlutum eins og mjúkum efnum, fidget verkfærum, heyrnartólum eða ilmmeðferð til að nota við helgisiði.

Æfing 4: Samskiptaritual

Prófaðu að innleiða daglega eða vikulega innritun með föstum spurningum eða sameiginlegri dagbók.

Kafli 12: Sögur af taugavíkjandi helgisiðum í verki

Saga 1: Jordan og Casey

Jordan (einhverfur) og Casey (ADHD) glímdu við hvatvísi og skynjunarofbeldi. Þeir bjuggu til helgisiði um „klukkustund" á hverju kvöldi með daufum ljósum, róandi tónlist og hljóðlátum lestri eða ögrun saman. Þessi helgisiði varð akkeri þeirra og uppspretta djúpstæðra tengsla.

Saga 2: Sam & Robin

Sam og Robin hönnuðu „ritual box" fulla af skynfærum og hvatningarbréfum. Alltaf þegar átök komu upp drógu þeir fram kassana sína og notuðu þá sem hlutlausa jörð til að staldra við, róa sig og tengjast aftur.

Kafli 13: Niðurstaða — Gjöf helgisiða

Helgisiðir eru **gjafir sem samstarfsaðilar gefa hver öðrum**— tungumál kærleikans sem fer fram úr orðum og talar beint til hjarta og taugakerfis. Fyrir taugavíkjandi pör, helgisiði:

- Skapa öryggi og fyrirsjáanleika
- Fagnaðu sérstöðu og mismun
- Styrktu tengsl með sameiginlegri merkingu
- Styrktu pör til að dafna ósvikin saman

Þegar þú býrð til helgisiði þína, mundu að þau snúast ekki um fullkomnun eða samræmi. Þær snúast um að heiðra ferðina þína og halda plássi fyrir fallega taugavíkjandi dansinn sem þú deilir.

Lokastaðfesting

„Í sérhverjum helgisiði sem við búum til vefjum við þráð skilnings, viðurkenningar og kærleika – bindum okkur nánar í líflegu veggteppi taugavíkjandi lífs okkar.

Endurmynda rómantík handan taugatýpískra goðsagna til að faðma ekta taugavíkjandi ást

---

Kafli Yfirlit

Þessi kafli býður lesendum til **ögra og taka í sundur menningarlega rótgrónar, taugatýpískar goðsagnir um ást og rómantík**— þessar stífu, oft óraunhæfu hugsjónir sem þrýsta á pör að samræmast þröngu sniðmáti um hvernig „farsælt samband" eða „sönn ást" ætti að líta út. Þess í stað kynnir það frelsandi, staðfestandi líkan af ást sem **fagnar mismun, fjölbreytileika og áreiðanleika**-sérstaklega í taugavíkjandi samböndum.

Lesendum verður veitt vald til **hafna skaðlegum staðalímyndum og væntingum**, faðma einstaka leiðir þeirra til að elska, og viðurkenna að ást þrífst ekki í samsvörun eða samræmi, heldur í að heiðra sérstaka raflögn og samskiptastíl sem hver félagi kemur með. Þessi kafli býður upp á nýja linsu um hvað ást getur verið: sveigjanleg, innifalin og mjög persónuleg.

Hluti 1: Goðsögnin um „venjulega" ást — hvaðan kom hún?

Uppruni taugatýpískra rómantískra hugsjóna

Við byrjum á því að rekja hvernig almenn menning, fjölmiðlar og félagslegar frásagnir hafa skapað **ein ríkjandi saga um ást**:

- Ást hlýtur að vera **ástríðufullur, sjálfsprottinn og dramatískur**
- Rómantík fylgir fyrirsjáanlegum stigum: fundur, mikil tilhugalíf, stöðug samvera

- Tilfinningaleg tjáning, augnsamband og líkamleg ástúð eru „skyldur"
- Sambönd eru aðeins „heilbrigð" ef félagar endurspegla tilfinningalega og félagslega stíl hvers annars
- Átök eru sjaldgæf eða „ætti að leysast fljótt"
- Ást jafngildir stöðugum munnlegum staðfestingum og stórum látbragði

Þessi saga er að miklu leyti byggð á taugatýpískri reynslu, oft hunsuð eða ógild **taugavíkjandi leiðir til að tengjast**.

◆ **Hugleiðing lesenda:**

"Hversu mikið af skilningi þínum á ást kemur frá kvikmyndum, bókum eða samfélagslegum væntingum? Hvernig láta þessar myndir þér líða um þitt eigið samband?"

Hluti 2: Kostnaður við að samræmast taugatýpískum ástargoðsögnum

Þegar taugavíkjandi pör reyna að passa sig inn í þessi þröngu mót standa þau frammi fyrir fjölda erfiðleika:

- **Þreyting** frá því að hylja eða þykjast finna til og tjá ást á „viðunandi" hátt
- Tilfinning **ófullnægjandi eða „minna en"** þegar þær passa ekki við rómantískar hugsjónir
- Misskilningur, vegna þess **Ekta tjáning ástarinnar lítur ekki út eða hljómar ekki eins og normið**
- Innbyggð skömm eða fordómar vegna náttúrulegra leiða þeirra til að tengjast
- Aukin átök vegna misræmdra væntinga eða þrýstings til að „laga" hvort annað

Raunverulegt tal:

„Ást snýst ekki um að passa inn í handrit skrifuð af öðrum - hún snýst um að skrifa þína eigin sögu saman.

Kafli 3: Hvernig taugavíkjandi ást lítur út

Þessi hluti býður upp á víðtæka, staðfesta endurskilgreiningu á ást sem metur mikils **munur, einstaklingseinkenni og gagnkvæma viðurkenningu**.

Helstu eiginleikar Neurodivergent Love:

- **Ást sem stöðug nærvera frekar en stöðugur styrkur:** Það er allt í lagi ef ástin er róleg, stöðug eða tjáð með athöfnum meira en orðum.
- **Ást tjáð með einstökum samskiptastílum:** Tengd samtöl, bókstaflegur heiðarleiki, örvun saman eða sameiginleg þögn getur verið djúpstæð ástúð.
- **Ást sem kemur til móts við skyn- og tilfinningaþarfir:** Að viðurkenna hvenær á að hætta eða taka þátt og heiðra þægindasvæði hvers annars.
- **Ást sem nær yfir venju og helgisiði:** Fyrirsjáanleiki og uppbygging geta verið tjáning um öryggi og tryggð.
- **Ást sem metur ofurfókus sem tengingu:** Djúp sameiginleg áhugamál eða mikil áhersla á hvert annað eru öflug tengslaupplifun.
- **Ást án þrýstings til að „leika“:** Engin þörf á að falsa tilfinningar eða hegðun til að þóknast samfélagslegum væntingum.

◆ **Hvetjandi innsýn:**

"Ástarsagan þín er gild og falleg - vegna þess að hún er þín."

Kafli 4: Afbyggja algengar taugatýpískar rómantískar goðsagnir

Við skoðum nokkrar vinsælar goðsagnir nánar og tökum upp hvers vegna þær þjóna ekki taugavíkjandi pörum:

Goðsögn 1: „Ást þýðir stöðugur tilfinningalegur styrkur“

Raunveruleiki: Hjá mörgum taugavíkjandi fólki geta tilfinningar verið tjáðar á annan hátt - stundum lúmskari eða með töfum. Ást er hægt að finna djúpt án þess að vera dramatísk.

Goðsögn 2: „Góðir félagar skilja alltaf hver annan strax“

Raunveruleiki: Neurodivergent samstarfsaðilar gætu þurft tíma, þolinmæði og skýr samskipti til að skilja hver annan - og það er allt í lagi.

Goðsögn 3: „Líkamleg snerting er nauðsynleg til að sanna ást“

Raunveruleiki: Sumum finnst snerting yfirþyrmandi eða óþægileg. Ást er hægt að sýna með öðrum hætti, svo sem þjónustuverkum, orðum eða sameiginlegum tíma.

Goðsögn 4: „Ást þýðir að sameina líf algjörlega“

Raunveruleiki: Að viðhalda mörkum, eintíma og persónulegu rými getur verið mikilvægt fyrir taugavíkjandi vellíðan og tengslaheilbrigði.

Goðsögn 5: „Átök þýðir að eitthvað er rangt“

Raunveruleiki: Heilbrigð átök, stjórnað með taugadreifandi upplýstum aðferðum, geta leitt til vaxtar og dýpri skilnings.

◆ **Lesendaáskorun:**

"Hvaða goðsögn tengist þú mest? Hvernig gæti samband þitt litið út ef þú sleppir þeirri væntingu?"

Kafli 5: Kraftur áreiðanleika í taugavíkjandi ást

Áreiðanleiki er hornsteinn varanlegrar tengingar. Þegar makar samþykkja og tjá sitt sanna sjálf, þar með talið taugavíkjandi eiginleika þeirra, verður ást:

- **Dýpra** vegna þess að það er byggt á sannleika, ekki frammistöðu
- **Öruggari** því varnarleysi er velkomið
- **Seiglegra** vegna þess að ekki er barist gegn ágreiningi heldur samþætt
- **Gleðilegri** vegna þess að það er frelsi til að vera fullkomlega séð og elskaður

Að rækta ekta ást:

- Æfðu róttæka viðurkenningu á sjálfum sér og öðrum
- Deildu taugavíkjandi eiginleikum opinskátt og af forvitni
- Búðu til pláss fyrir einstaka tilfinningatakta og þarfir hvers maka
- Fagnaðu mismun sem uppsprettu styrks, ekki hindrunum

◆ **Innblástur:**

"Sönn ást er að hitta hvert annað þar sem þú ert - án grímu, án skammar."

Kafli 6: Dæmi um taugavíkjandi ást í verki

Sögur hjálpa til við að lýsa kenningum. Hér eru dæmi um hvernig taugavíkjandi pör sýna ekta ást umfram viðmið:

- **Maya og Liam:** Þeir sýna ást með því að búa til notalegt, skynjunaröruggt umhverfi þar sem rólegur félagsskapur ríkir, hafna þrýstingi um að „fara út“ eða umgangast meira en þægilegt.

- **Alex & Jordan:** Þeir nota húmor og sameiginlegar venjur til að tjá ástúð, hlæja í gegnum misskilning og fagna trúarlegum „innri brandara“ sínum.
- **Sophie og Carlos:** Líkamleg snerting er takmörkuð, en þeir skrifa daglegar athugasemdir og deila spilunarlistum, búa til ástarmál byggt á orðum og tónlist.

Hvert par heiðrar sitt sérstaka ástarmál og endurskilgreinir rómantík á þeirra forsendum.

Kafli 7: Hagnýt ráð til að rækta einstaka ást þína

1. Þekkja ástarmálin þín

Kannaðu hvernig þú og maki þinn náttúrulega gefa og þiggja ást. Þetta gæti falið í sér:

- Þjónustugerðir
- Sameiginlegar athafnir eða ofurfókustími
- Skrifuð orð
- Skynvæn snerting
- Helgisiðir eða venjur

2. Hafna samanburði og dómi

Forðastu að bera samband þitt saman við annarra eða samfélagslegar hugsjónir. Fagnaðu því sem virkar fyrir þig.

3. Búðu til þína eigin helgisiði og hefðir

Hannaðu merkingarbærar, viðráðanlegar leiðir til að tengja sem heiðra taugavíkjandi þarfir þínar (sjá kafla 14 fyrir hugmyndir).

4. Komdu þörfum á skýran og vinsamlegan hátt

Notaðu samþykkt verkfæri til að tjá þegar þú þarft pláss, stuðning eða tengingu.

5. Æfðu þolinmæði og samúð

Ástin vex með tímanum, skilningi og fyrirgefningu.

6. Leitaðu stuðnings sem staðfestir taugafjölbreytni

Sjúkraþjálfarar eða ráðgjafar sem skilja taugabilun geta hjálpað pörum að losna við takmarkandi goðsögn.

Kafli 8: Heilun frá áhrifum samfélagslegra væntinga

Margt fólk með taugaskipti bera sár af því að finnast það „minna en" eða misskilið í ást. Þessi hluti leiðbeinir lesendum í gegnum:

- Að viðurkenna innbyrðis fordóma um ást og sambönd
- Að sleppa sektarkennd eða skömm vegna ágreinings
- Endurheimta stolt af ekta tjáningu ást
- Að byggja upp samfélag sem styður fjölbreytt tengslamódel

◆ **Heilunaræfing:**

"Skrifaðu bréf til yngra sjálfs þíns og staðfestu að leiðin þín til að elska sé falleg og nóg."

Kafli 9: Hlutverk sjálfsástar í taugavíkjandi samböndum

Áður en þú elskar annan er sjálfsást nauðsynleg:

- Samþykkja taugavíkkandi heila og eiginleika
- Heiðra skynjunar- og tilfinningalegar þarfir þínar
- Settu mörk sem vernda vellíðan þína
- Að fagna styrkleikum þínum og sérkenni sem hluta af ástarsögunni þinni

Sjálfsást gefur þér kraft til að gefa og þiggja ást meira.

Kafli 10: Ást sem samvinnuferð í þróun

Ástin er ekki kyrrstæð – hún er ferðalag vaxtar, uppgötvana og gagnkvæmrar aðlögunar:

-

- Faðma breytingar og umskipti sem tækifæri
- Lærðu af áskorunum frekar en að óttast þær
- Fagnaðu tímamótum skilnings og tengsla
- Haltu forvitni og leiktu þér lifandi í sambandi þínu

Kafli 11: Staðfestingar fyrir taugavíkjandi ást

- „Ást mín er gild og kröftug, alveg eins og hún er.
- „Ég er verðugur tengingar á mínum forsendum.
- „Ég og félagi minn búum til ást sem fagnar mismuninum.
- „Við heiðrum og styðjum hið sanna sjálf hvert annars.
- "Ást getur verið hljóðlát, hávær, kyrrlát eða sjálfsprottin - hún er alltaf ást."

Kafli 12: Lokahugsanir

Þessum kafla lýkur með styrkjandi áminningu: **Ást krefst þess ekki að þú eyðir taugavíkjandi sjálfsmynd þinni eða passi í mót.** Það biður aðeins um að þú sért nógu hugrakkur til að mæta af alvöru, nógu þolinmóður til að skilja ágreining hvers annars og nógu örlátur til að fagna einstöku ástinni sem þú byggir saman.

FJÓRÐI HLUTI: ÞRÓST SAMAN

16. KAFLI: MEÐFERÐ SEM FÆR ÞAÐ

Að finna pörameðferð sem staðfestir taugafjölbreytni: að faðma styrkleika, ekki meinafræði

---

Kafli Yfirlit

Í þessum mikilvæga kafla er lesendum leiðbeint í gegnum eitt af öflugustu verkfærunum sem til eru til að endurbyggja og dafna í taugavíkjandi samböndum: **meðferð sem raunverulega skilur og staðfestir taugafjölbreytileika**. Þegar félagar standa frammi fyrir flóknum áskorunum sem mótast af einhverfu, ADHD eða öðrum taugabreytilegum eiginleikum, fer hefðbundin meðferð oft framhjá – stundum jafnvel skaða með því að meina eða misskilja þennan mun.

Hér opnar bókin dyr að a **ný tegund af lækningalegri upplifun - sem heiðrar taugaskipti sem náttúrulegt afbrigði af taugafræði manna frekar en röskun sem þarf að laga.** Lesendur munu uppgötva hvernig meðferð sem staðfestir taugafjölbreytileika lítur út, hvernig hún er frábrugðin hefðbundnum líkönum og hagnýt skref til að finna rétta meðferðaraðilann eða meðferðaraðferðina.

Með hvatningu, áþreifanlegum ráðleggingum og vongóðum sögum, býr þessi kafli pör til að leita eftir stuðningi sem virðir sjálfsmynd þeirra og stuðlar að vexti, tengingu og lækningu.

Kafli 1: Hvers vegna meðferð skiptir máli í taugavíkjandi samböndum

Sambönd eru flókin fyrir alla - en taugaskiptingar pör standa oft frammi fyrir **einstakar áskoranir** tengist mismun í samskiptum, tilfinningalegri stjórn, skynþörfum og samfélagslegum fordómum. Þó að mörg pör þrói náttúrulega aðferðir með tímanum, njóta sum mál góðs af faglegum stuðningi.

Hvað meðferð getur boðið upp á:

- **Öruggt rými til að kanna misskilning án þess að dæma**
- Verkfæri til að sigla um tilfinningalega vanstjórnun og skynjunarofbeldi
- Leiðbeiningar um að byggja upp nýtt samskiptamynstur í takt við taugavíkjandi þarfir
- Staðfesting á upplifunum er oft í lágmarki eða misskilin annars staðar
- Stuðningur við að læra af skaðlegum goðsögnum um „venjuleg“ sambönd
- Hjálpaðu til við að stjórna ytri þrýstingi og innbyrðis fordómum

◆ **Hugleiðing lesenda:**

"Hefur þú einhvern tíma fundið fyrir misskilningi eða vikið frá þér í meðferð vegna taugavíkjandi eiginleika þinna? Hvaða áhrif hafði það á vilja þinn til að leita þér hjálpar?"

Kafli 2: Gildir hefðbundinna meðferðarlíkana

Hefðbundin meðferð starfar oft innan a **læknisfræðileg fyrirmynd**-meðhöndla taugabilun sem meinafræði eða skort. Þessi nálgun getur:

- Einbeittu þér að því að „laga“ hegðun frekar en að skilja tilgang þeirra
- Hvetja til að hylja eða bæla taugavíkjandi eiginleika til að „passa inn“

- Sakna styrkleika og einstakra sjónarhorna sem taugabilun hefur í för með sér
- Horfa framhjá skynjunarlegum og tilfinningalegum veruleika sem móta samskipti
- Skildu eftir að pörum sé kennt um eða misskilið

Slík meðferð gæti óviljandi **styrkja fordóma og skaða sjálfsálit**, sem gerir það erfiðara fyrir samstarfsaðila að tengjast ósvikin eða byggja upp traust.

Af hverju sum pör gefast upp á meðferð:

- Finnst hann ógildur eða meinafræðilegur
- Sjúkraþjálfarar skortir þekkingu á taugabilun
- Meðferðaraðferðir sem laga sig ekki að mismunandi samskiptastílum
- Þrýstingur til að samræmast taugatýpískum viðmiðum frekar en að faðma muninn

---

Kafli 3: Hvað er meðferð sem staðfestir taugafjölbreytni?

Meðferð sem staðfestir taugafjölbreytni færir fókusinn á **styrktengdur, innifalinn og miskunnsamur stuðningur** sérsniðin að einstökum raflögnum taugavíkjandi einstaklinga og para.

Kjarnareglur eru:

- **Staðfestir taugavík sem náttúrulegan afbrigði:** Að viðurkenna einhverfu, ADHD og aðra eiginleika sem hluta af taugafjölbreytileika, ekki sjúkdómum.
- **Að meta einstaklingsmun:** Meðferðaraðilar heiðra hugsunarhátt hvers maka, tilfinningar og samskipti án dómgreindar.
- **Forgangsraða aðgengi:** Aðlögun fundargerða, samskiptaaðferða og hraða til að mæta skynjunar- og vinnsluþörfum.

- **Samstarfsmarkmiðasetning:** Að vinna með parinu að því að skilgreina velgengni á eigin forsendum, frekar en að þvinga fram taugatýpískar hugsjónir.
- **Áfallaupplýst umönnun:** Að skilja áhrif fordóma, grímu og fyrri neikvæðrar reynslu af meðferð eða samböndum.
- **Með áherslu á gagnkvæma virðingu og sjálfssamkennd:** Að hjálpa samstarfsaðilum að þróa góðvild við sjálfan sig og hvert annað.

◆ **Styrkjandi innsýn:**

„Taugafjölbreytni staðfesta meðferð býður þér að koma öllu sjálfinu þínu – styrkleikum, sérkenni og öllu – inn í rými þar sem þú munt sjást og studd.

Kafli 4: Hvernig meðferð sem staðfestir taugafjölbreytni lítur út í reynd

Aðlöguð samskipti

Sjúkraþjálfarar sem eru hæfir í taugafjölbreytni skilja að skjólstæðingar geta átt mismunandi samskipti - með því að nota bókstaflegt mál, snertilegt tal eða vísbendingar án orða.

- Fundir geta falið í sér **sjónræn hjálpartæki, skriflegar samantektir eða stafræn samskipti** valkosti.
- Meðferðaraðilar hægja á sér, athuga skilning og hvetja til beina tjáningar á þörfum.
- Það er enginn þrýstingur á að „framkvæma“ taugadæmin samræðuviðmið.

Skynjun og tilfinningaleg gisting

- Fundir gætu verið tímasettir fyrir tíma sem henta orkustigum eða skynjunarþægindum.
- Sjúkraþjálfarar geta leyft skjólstæðingum að örva, fikta eða nota skynfæri á meðan á fundum stendur.

- Tilfinningalega vanstjórnun er nálgast með þolinmæði og samstjórnunaraðferðum frekar en sök.

Leggðu áherslu á styrkleika og vöxt

- Meðferð fagnar ofurfókus, skapandi lausn á vandamálum og einstökum sjónarhornum.
- Inngrip eru sérsniðin til að hjálpa samstarfsaðilum að byggja á náttúrulega hæfileika sína í stað þess að reyna að „normalisera“ þá.
- Verkfæri eru samsköpuð með inntaki frá báðum samstarfsaðilum, með virðingu fyrir óskum hvers og eins.

Raunveruleg dæmi:

- Sjúkraþjálfari kynnir a **„hlé setning“ kerfi** til að hjálpa pörum að stjórna heitum augnablikum.
- Sjónræn tímasetningar og lotuútlínur draga úr kvíða og bæta fyrirsjáanleika.
- Samskiptastíll í hlutverkaleik ýtir undir samkennd og sjónarhorn.

Kafli 5: Hvernig á að finna meðferðaraðila sem staðfestir taugafjölbreytni

Skref 1: Vita hvað á að leita að

- Fagmenn sem **tilgreina sérstaklega reynslu eða þjálfun í taugafjölbreytileika**
- Þeir sem nota hugtök eins og „taugafjölbreytileikastaðfesta“, „einhverfuvænir“ eða „ADHD-meðvitaðir“ í lýsingum sínum
- Sjúkraþjálfarar sem bjóða upp á **sveigjanlegar samskiptaaðferðir** (myndband, spjall, skrifleg innritun)
- Iðkendur sem **setja aðgengi í forgang** (skynjunarvænar skrifstofur, lotuhraði)
- Ráðgjafar sem leggja áherslu á **styrkleika- og áfallaupplýst nálgun**

Skref 2: Spyrðu réttu spurninganna

Áður en þú skuldbindur þig skaltu íhuga að spyrja mögulega meðferðaraðila:

- "Hvernig skilgreinir þú taugafjölbreytileika og hvernig upplýsir hann um iðkun þína?"
- „Hvaða reynslu hefur þú af því að vinna með taugavíkjandi einstaklingum eða pörum?
- „Hvernig kemur þú til móts við skynnæmi eða mismun í samskiptum á fundum?
- "Hvernig hjálpar þú pörum að byggja upp skilning og tengsl án þess að meinafræðilega taugabilun?"
- "Hvaða verkfæri eða aðferðir notar þú til að styðja við tilfinningalega stjórn og gagnkvæma virðingu?"

Skref 3: Notaðu auðlindir og net

- Netskrár yfir meðferðaraðila sem staðfesta taugafjölbreytileika
- Ráðleggingar frá taugavíkjandi samfélögum eða stuðningshópum
- Fjarmeðferðarmöguleikar sem auka aðgengi að sérfræðingum
- Meðferðar- eða jafningjastuðningsáætlanir undir forystu taugaveiklunar

---

Kafli 6: Undirbúningur fyrir meðferð sem taugavíkjandi par

Að setja væntingar

- Meðferð er ferli, ekki skyndilausn - vöxtur tekur tíma og þolinmæði.
- Báðir aðilar ættu að koma inn með vilja til að læra og aðlagast.
- Það er allt í lagi að tala fyrir gistingu og aðlögun sem henta þínum þörfum.

- Meðferðartímar geta verið krefjandi en geta opnað dyr að nýjum stigum tengsla.

Hagnýt ráð

- Haltu minnispunktum eða dagbókum um tilfinningar og athuganir til að deila með meðferðaraðilanum.
- Æfðu sjálfumönnun fyrir og eftir lotur til að stjórna skynjunar- eða tilfinningalegum ofgnótt.
- Komdu saman um merki eða „örugg orð“ til að gera hlé á umræðum ef þær verða of ákafar.
- Ræddu fyrirfram stillingar fyrir fundi (t.d. lengd, hlé, samskiptastíl).

Kafli 7: Hlutverk sjálfshjálpar og stuðningsfélaga í meðferð

- Hvetjið hvort annað til að tjá þarfir skýrt á meðan á fundum stendur.
- Styðjið viðbragðsaðferðir maka þíns eða örvunarhegðun sem gildar leiðir til að stjórna sjálfum sér.
- Fögnum framförum saman, sama hversu lítil þau eru.
- Viðurkenndu hvenær meðferðaraðili hentar ekki og vertu opinn fyrir því að prófa mismunandi sérfræðinga.

Kafli 8: Þegar meðferð finnst erfið—Algengar áskoranir og hvernig á að sigrast á þeim

- **Finnst misskilningur þrátt fyrir bestu viðleitni:** Biddu um skýringar eða endurrömmuðu upplifun þína.
- **Tilfinningalegur yfirgangur á meðan eða eftir lotur:** Notaðu jarðtengingu eða róandi tækni sem lærð er í meðferð.

- **Óþægindi við ákveðin meðferðarform:** Biddu um aðlögun eða skoðaðu valkosti eins og hópmeðferð eða markþjálfun.
- **Gremja með hægum framförum:** Fagnaðu stigvaxandi sigrum og minntu sjálfan þig á að breytingar eru ferðalag.

Kafli 9: Árangurssögur - Raunveruleg pör, raunverulegur vöxtur

Lesendur eru innblásnir af stuttum frásögnum af taugavíkjandi pörum sem fundu lækningu og tengingu með staðfestandi meðferð:

- **Dæmirannsókn 1:** Par sem sigraði á langvarandi misskilningi með því að læra samstjórnunarverkfæri með meðferðaraðila sínum.
- **Dæmirannsókn 2:** Samstarfsaðilar sem endurreistu traust eftir áföll með því að staðfesta skynjunar- og tilfinningaupplifun hvers annars í meðferð.
- **Tilviksrannsókn 3:** Pör sem notuðu meðferð til að faðma taugavíkjandi sjálfsmynd sína og búa til helgisiði sem styrkja tengsl þeirra.

Kafli 10: Beyond Therapy – Annar stuðningur til að bæta vöxt

- Taugaafvikandi jafningjastuðningshópar og samfélög
- Málþing og öpp á netinu sem eru hönnuð fyrir taugavíkkandi samskipti
- Fræðsluúrræði fyrir pör til að fræðast um taugafjölbreytileika saman
- Núvitund, hugleiðsla eða hreyfingar sem stuðla að tilfinningalegri stjórnun

---

Kafli 11: Endanleg hvatning og valdefling

Meðferð sem „fá það“ getur verið umbreytandi. Þegar þú finnur réttu passana - fagmaður sem **heiðrar taugavíkjandi heila þinn og sambönd – þú opnar dyrnar að djúpri lækningu, skilningi og dafna saman**.

"Þú átt skilið stuðning sem sér alla sögu þína, metur einstaka ást þína og útfærir þig með verkfærum til að byggja upp þá tengingu sem þú vilt. Meðferð snýst ekki um að breyta því sem þú ert - það snýst um að opna fulla möguleika þína sem maka sem raunverulega "fá" hvert annað.

Samantekt: Lykilatriði

- Ekki er öll meðferð skapað jöfn - leitaðu að aðferðum sem staðfesta taugafjölbreytileika.
- Staðfestingar- og styrktarvinna byggir upp varanlegt traust og tengsl.
- Vita hvað á að leita að og talsmaður fyrir þörfum þínum í meðferð.
- Undirbúðu þig virkan til að fá sem mest út úr fundunum þínum.
- Meðferð er ferð í átt að ekta ást og gagnkvæmri flóru.

Nýta tækni til að styrkja taugavíkjandi tengsl: Forrit og verkfæri fyrir tengingu, samskipti og samvinnu

---

Kafli Yfirlit

Í hraðskreiðum, stafrænt tengdum heimi nútímans, getur tækni annaðhvort stækkað samskiptabil eða þjónað sem öflug brú til skilnings - sérstaklega í taugavíkkandi samböndum. Þessi kafli býður upp á yfirgripsmikla könnun á því hvernig vel valin stafræn tól og öpp geta stutt taugaskiptingar pör við að byggja upp skýrari, rólegri og skipulegri samskipti.

Þegar orð flækjast, tilfinningar verða háar og daglegt líf er yfirþyrmandi býður tæknin upp á hagnýtar lausnir: skipulagða samskiptavettvang, tilfinningaleg innritunaröpp, tímamælir til að stjórna tímablindu, verkfæri til að deila verkefnum og fleira. Þessar „stafrænu brýr" eru meira en græjur – þær eru líflínur fyrir tengingu, samvinnu og gagnkvæman stuðning.

Lesendur munu öðlast innsýn í hvernig tæknin getur aukið styrkleika sína, dregið úr misskilningi og skapað öruggt rými fyrir heiðarlegar samræður. Fyrir utan að skrá verkfæri, kennir kaflinn hvernig á að velja, sérsníða og samþætta tækni á þann hátt sem virðir taugavíkjandi þarfir og samskiptastíl hvers samstarfsaðila.

Kafli 1: Hvers vegna stafræn verkfæri skipta máli í taugavíkjandi samböndum

Fyrir marga taugavíkjandi einstaklinga og pör geta hefðbundnar samskiptamátar verið áskoranir:

- Vinnur talað mál hratt á tilfinningaþrungnum augnablikum

- Stjórna skynjunarofhleðslu í samræðum augliti til auglitis
- Muna skuldbindingar og stjórna tíma (t.d. tímablindu í ADHD)
- Að halda skipulagi innan um forgangsröðun í samkeppni og breyta áherslum
- Að stjórna tilfinningum þegar misskilningur kemur upp

Stafræn verkfæri geta hjálpað til við að jafna samkeppnisaðstöðuna með því að veita **uppbyggingu, áminningar og sjónrænan skýrleika**-allt sérsniðið að þörfum hvers og eins. Þegar þau eru virkjuð vandlega, eru þessi verkfæri:

- Dragðu úr kvíða með því að gera væntingar skýrar
- Gefðu hlutlaust rými til að tjá tilfinningar án þrýstings
- Stuðningur við minni og framkvæmdastarfsemi
- Bjóddu ljúfar ábendingar um að gera hlé, endurspegla eða tengjast
- Hvetja til rútínu og helgisiða sem styrkja sambandið

Þessi kafli leggur áherslu á **tækni sem styrkjandi hjálpartæki - ekki í staðinn fyrir raunverulega tengingu, heldur viðbót við hana.**

Hluti 2: Flokkar stafrænna brýr

1. Skipulagðir samskiptavettvangar

- Forrit sem eru hönnuð til að auðvelda skýrar, viljandi samtöl - hjálpa samstarfsaðilum að forðast forsendur og tilfinningaþrungna getgátuleiki.
- Dæmi: skilaboðaforrit með þráðum eða efnismerkjum, sameiginlegum dagbókum eða vettvangi til að skipuleggja „innritunar“ samtöl.

- Ávinningur: Samtöl verða viðráðanleg, minna yfirþyrmandi og auðveldara að rifja upp.

2. Tilfinningaleg innritunarverkfæri

- Forrit sem hvetja daglega eða vikulega til að fylgjast með og deila skapi.
- Leyfðu samstarfsaðilum að tjá tilfinningar án orða eða með einföldum táknum, minnkaðu þrýstinginn á að „finna réttu orðin“ á erfiðum augnablikum.
- Sum forrit innihalda leiðbeiningar til að leiðbeina ígrundun eða búa til samtöl byggð á tilfinningalegum gögnum.

3. Tímastjórnunarhjálp

- Verkfæri til að stjórna tímablindu eða stjórnunartruflunum, svo sem sjónmælum, viðvörunum og áminningarforritum.
- Sameiginleg dagatöl eða verkefnalistar halda báðum samstarfsaðilum í takt við áætlanir og ábyrgð.
- Sjónræn áætlanir hjálpa taugavíkjandi heilum að sjá fyrir umbreytingar og draga úr kvíða.

4. Verkefnaskipti og samvinna

- Sameiginlegir verkefnalistar eða verkefnastjórnunaröpp sem gera pörum kleift að skipta upp húsverkum, erindum og verkefnum á gagnsæjan hátt.
- Eiginleikar eins og úthlutun verkefna, gjalddaga og framvindumælingu draga úr misskilningi og falinni gremju.

5. Stuðningur við skyn- og tilfinningastjórnun

- Forrit sem bjóða upp á leiðsögn um öndun, hugleiðslu eða jarðtengingaræfingar sem eru sérsniðnar fyrir taugavíkjandi notendur.

- Verkfæri sem veita tafarlausa „hlé-hnappa“ eða áminningu um að stjórna sjálfum sér á yfirþyrmandi augnablikum.

Kafli 3: Hvernig á að velja réttu verkfærin fyrir samband þitt

Metið einstakar þarfir þínar

- Hugleiddu hvaða samskipti eða daglegt líf þú stendur frammi fyrir sem par.
- Hugleiddu skynvillur, athyglisbresti og tilfinningalega stjórnunarstíl.
- Spyrðu: Þurfum við hjálp við að muna skuldbindingar? Að stjórna tilfinningum? Að deila tilfinningum á öruggan hátt?

Kanna og gera tilraunir

- Prófaðu mörg forrit eða verkfæri til að sjá hvað finnst eðlilegt.
- Sérsníddu tilkynningar, persónuverndarstillingar og samnýtt aðgangsstig til að passa við þægindasvæði.
- Settu einfaldleikann í forgang - forðastu verkfæri sem skapa meira streitu eða vitsmunalegt álag.

Komdu á sameiginlegum leiðbeiningum

- Komdu saman um hvernig og hvenær á að nota forrit (t.d. daglegar tilfinningalegar innritunir á kvöldmat, sameiginlegar dagatalsuppfærslur vikulega).
- Búðu til reglur um virðingarverð stafræn samskipti, svo sem engin brýn skilaboð eftir háttatíma eða hlé á orðasamböndum í texta.
- Endurskoða og endurskoða leiðbeiningar eftir þörfum.

Hluti 4: Umsagnir um forrit og verkfæri sem mælt er með

Hér að neðan eru ítarlegar yfirlit yfir nokkur mjög virt verkfæri sem henta fyrir taugavíkjandi pör, með áherslu á eiginleika þeirra, kosti og hugsanlega aðlögun.

1. Skipulögð samskiptaforrit

- **Slaki eða ósamræmi (sérsniðin fyrir pör):**

Upprunalega fyrir teymi er hægt að aðlaga þessi forrit með rásum sem eru tileinkaðar sérstökum viðfangsefnum - t.d. "Daglegar innskráningar", "Áætlanir" eða "Kæringar."

Kostir: Þráðar samtöl, auðvelt að vísa í fyrri umræður.

Gallar: Getur liðið eins og vinnu; þarf að sérsníða til að forðast yfirþyrmingu.

- **Milli:**

Þetta app er hannað fyrir pör og býður upp á einkaskilaboðarými með sameiginlegum dagatölum og myndaalbúmum.

Kostir: Einblínt á samskipti samskipti; einfalt viðmót.

Gallar: Takmarkaðar verkefnastjórnunareiginleikar.

- **Sameiginleg dagbókarforrit (dagur eitt, ferðalag):**

Leyfðu samstarfsaðilum að skrifa og deila hugleiðingum ósamstillt.

Kostir: Rými fyrir ígrundaða, þrýstingslausa tjáningu.

Gallar: Krefst skuldbindingar til reglulegrar notkunar.

2. Tilfinningaleg innritunarforrit

- **Stemmningsmælir:**

Fylgir skapi út frá litum og tilfinningum; hvetur til að huga að tilfinningum.

Kostir: Sjónræn, leiðandi, ýtir undir tilfinningalega vitund.

Gallar: Minni áherslu á sameiginleg samskipti; meira sjálfsmiðað.

- **Glimmer:**

vekur daglegar hugleiðingar með jákvæðum sálfræðiæfingum; styður að deila innsýn með maka.
Kostir: Hvetur til þakklætis og tilfinningalegrar vaxtar.
Gallar: Krefst vilja til að taka þátt reglulega.

- **Par:**

Inniheldur tilfinningalega innritunaraðgerðir ásamt skilaboða- og dagatalsaðgerðum.
Kostir: Sameinar samskipti og stemningsmælingu.
Gallar: Misjafnar umsagnir um notagildi.

3. Tímastjórnun og skipulag

- **Tímamælir:**

Sjónræn tímamælir sem sýnir tímann sem líður á leiðandi hátt; gagnlegt fyrir ADHD tímablindu.
Kostir: Einfalt, sjónrænt, róandi.
Gallar: Einnota app.

- **Google dagatal / biðraðir:**

Samnýtt dagatöl með áminningum; Cozi er fjölskyldumiðaður með húsverkalistum.
Kostir: Auðveld tímasetning, aðgangur yfir palla.
Gallar: Gæti þurft námsferil fyrir fulla notkun.

- **Trello / Asana:**

Verkfæri/verkefnastjórnunartæki fyrir samvinnuskipulagningu.
Kostir: Mjög sérhannaðar, sjónræn töflur.
Gallar: Getur verið yfirþyrmandi ef það er ekki einfaldað.

4. Skyn- og tilfinningastjórnun

- **Rólegt / Headspace:**

Hugleiðslu- og öndunaræfingar með leiðsögn með taugavíkkandi valkostum.
Kostir: Fjölbreyttar æfingar, mild leiðsögn.
Gallar: Áskriftargjöld.

- **Hættu, andaðu og hugsaðu:**

Persónuleg núvitund með skapinnritunum; hvetur til sjálfsvorkunnar.

Kostir: Aðlögunarhæfur og styðjandi.

Gallar: Viðmót getur verið upptekið.

- **MyNoise:**

Sérhannaðar hljóðumhverfi fyrir skynjunarstjórnun og fókus.

Kostir: Hjálpar til við skynþarfir.

Gallar: Krefst heyrnartóla eða hljóðláts umhverfi.

Kafli 5: Samþætta tækni án þess að missa mannleg tengsl

Þó að stafræn verkfæri geti verið ómetanleg, þá er mikilvægt að halda tækninni sem a **stuðningur, ekki í staðinn** fyrir alvöru tengingu.

Ábendingar um jafnvægisnotkun

- Notaðu öpp til að **viðbót augliti til auglitis eða raddsamskipta**, ekki skipta því alveg út.
- Skipuleggðu „tæknilausa" tíma til að taka djúpt þátt án truflana.
- Fylgstu með merkjum um að verkfæri valdi streitu eða misskilningi og stilltu eftir þörfum.
- Minnið hvert annað á að verkfæri eru hjálpartæki, ekki „leiðréttingar" fyrir dýpri tengslavinnu.

Kafli 6: Byggja upp þína eigin stafrænu helgisiði

Kaflinn hvetur pör til að búa til stafrænar venjur sem heiðra takta þeirra og óskir:

- **Daglegar tilfinningalegar innritunir í gegnum app eða texta** til að deila hvernig hverjum og einum líður

- **Vikulegar skipulagningarfundir með sameiginlegu dagatali** að samræma tímasetningar og væntingar
- **Verkefnasamnýting með myndspjöldum eða listum** til að draga úr andlegu álagi
- **Notkun tímamæla meðan á samtölum stendur** að halda umræðum einbeittum og virðingu
- **Senda stuðnings- eða uppörvandi skilaboð á skynjunartíma eða streituvaldandi dögum**

Slíkir helgisiðir byggja upp fyrirsjáanleika og öryggi, tveir mikilvægir þættir blómlegra samskipta.

Kafli 7: Sigrast á áskorunum með stafrænum verkfærum

Nokkrar algengar hindranir og aðferðir:

- **Of mikið af forritum:** Forgangsraðaðu einu eða tveimur nauðsynlegum verkfærum og náðu góðum tökum á þeim.
- **Viðnám gegn stafrænum samskiptum:** Byrjaðu á kunnuglegum sniðum (t.d. textaskilaboðum) áður en þú kynnir ný öpp.
- **Persónuverndaráhyggjur:** Veldu forrit með sterku öryggi og settu skýr mörk um sameiginlegt efni.
- **Gleymdi að nota verkfærin:** Stilltu ljúfar áminningar eða tengdu notkun forrita við núverandi venjur.

Kafli 8: Dæmi: Stafræn verkfæri í verki

Raunverulegar innblásnar vignettir sýna hvernig pör nota tækni til að dafna:

- **Dæmirannsókn 1:** Sarah og Miguel nota sameiginlegt Google dagatal og Trello borð til að stjórna óskipulegum tímaáætlunum sínum og heimilisstörfum, draga úr spennu og gleymdum skuldbindingum.
- **Dæmirannsókn 2:** Priya og Alex reiða sig á app til að fylgjast með skapi til að miðla tilfinningum þegar munnleg tjáning finnst of krefjandi, sem gerir það kleift að styðja við samúð.
- **Tilviksrannsókn 3:** Jamie og Taylor samþætta sjónrænt tímamælisforrit meðan á umræðum stendur til að stjórna hvatvísi og halda viðræðum afkastamiklum.

Þessar sögur leggja áherslu á hagnýtan ávinning og skapandi aðlögun.

Kafli 9: Valdefling með stafrænni tengingu

Kaflanum lýkur með kröftugum boðskap um von og styrk:

"Þú þarft ekki að vafra um taugadreifingu einn eða treysta eingöngu á minni og getgátur. Stafræn verkfæri geta þjónað sem bandamenn þínir - að byggja brýr þar sem orð falla niður og hjálpa þér að skapa samband sem byggir á skýrleika, góðvild og gagnkvæmri virðingu. Faðmaðu þessi verkfæri ekki sem hækjur heldur sem framlengingu á ást þinni og skuldbindingu."

Samantekt: Lykilatriði

- Tæknin býður upp á mikilvægan stuðning fyrir taugavíkjandi pör í samskiptum, tilfinningalegri stjórnun og daglegu skipulagi.
- Veldu verkfæri af yfirvegun - sniðin að einstökum samskiptaþörfum þínum.
- Notaðu forrit sem viðbót, ekki staðgöngum, fyrir raunverulega tengingu.

- Búðu til sameiginlega stafræna helgisiði til að skapa fyrirsjáanleika og öryggi.
- Vertu sveigjanlegur og þolinmóður þegar þú lærir og aðlagar þig saman.

Faðma einstakar taugavíkjandi ferðir til að styrkja sambandið

Kafli Yfirlit

Í samböndum þar sem annar eða báðir samstarfsaðilar eru taugavíkjandi, þróast persónulegur vöxtur oft ekki sem einstæð, sameiginleg leið heldur sem tvær samhliða ferðir. Þessar ferðir – þó þær séu einstakar og einstaklingsbundnar – samtvinnast djúpt og mótar heilbrigði og seiglu tengsla hjónanna.

18. kafli, *Vaxandi samhliða*, einbeitir sér að mikilvægu hlutverki einstaklings sjálfsuppgötvunar, viðurkenningar og valdeflingar við að hlúa að blómlegu samstarfi. Þessi kafli undirstrikar að blómstra saman byrjar með *dafna hver fyrir sig*-að faðma taugagerð sína, sigla um áskoranir og fagna einstökum styrkleikum.

Þessi kafli er hvetjandi og samúðarfull könnun á því hvernig það að heiðra persónulegan vöxt leiðir til sterkari samkenndar, dýpri skilnings og ekta samstarfs. Það býður lesendum að íhuga eigin ferðir og hvetur til endurnýjuðrar skuldbindingar til sjálfsumönnunar, sjálfssamkenndar og áframhaldandi þróunar.

Hluti 1: Skilningur á vexti sem samhliða ferli

Taugabilun getur haft mikil áhrif á hvernig einstaklingar upplifa heiminn - og hvernig þeir upplifa sjálfa sig. Hjá mörgum taugadreifandi fólki getur ferlið persónulegs þroska litið öðruvísi út en samfélagslegar væntingar eða taugatýpísk viðmið.

- Vöxtur getur verið **ólínuleg**, fyllt með byltingum og áföllum.

- Framfarir gætu falið í sér að læra að stjórna skynnæmi, tilfinningastjórnun eða framkvæmdastarfsemi.
- Það felur oft í sér **aflæra innbyrðis fordóma** og faðma sjálfsmynd með stolti.

Þessi kafli rammar fram persónulegan þroska ekki sem kynþátt eða gátlista heldur sem djúpa persónulega þróun - leið sem er einstök fyrir taugagerð og lífsaðstæður hvers og eins.

Lykilatriði:

Vaxtarferðir beggja samstarfsaðila eru gildar og nauðsynlegar, jafnvel þegar þær endurspegla ekki hvort annað.

Kafli 2: Kraftur þess að faðma taugagerðina þína

Kjarni einstaklingsvaxtar er **samþykki**- viðurkenningu á taugavíkjandi eiginleikum manns, sérkenni, áskorunum og styrkleikum. Þessi viðurkenning er umbreyting:

- Það hlúir að **sjálfsvorkunn** frekar en sjálfsgagnrýni.
- Það gerir einstaklingum kleift að tala fyrir þörfum sínum á áhrifaríkan hátt.
- Það dregur úr innbyrðis skömm og fordómum sem svo oft hindra tilfinningalega vellíðan.

Í kaflanum er lögð áhersla á hvernig að faðma taugagerð manns breytir innri frásögn úr „brotinni“ eða „vana“ í „heil og gild“. Þessi breyting opnar sjálfstraust, dregur úr kvíða og ýtir undir hvatningu til að taka þátt í heilbrigðari samskiptum og venjum í sambandi.

Hvatningarinnsýn:

„Þegar þú faðmar þig taugavíkjandi sjálf þitt, opnarðu dyrnar að því að lifa ósviknu lífi - og býður maka þínum að gera slíkt hið sama.

Kafli 3: Vaxtarsvæði Algeng hjá taugaafvikum einstaklingum

Þó að reynsla hvers einstaklings sé einstök, koma fram nokkur algeng vaxtarsvið fyrir taugavíkjandi fólk sem siglir í nánum samböndum:

1. Tilfinningareglugerð

- Að læra að þekkja tilfinningalega kveikju, æfa róandi aðferðir og tjá tilfinningar á öruggan hátt.
- Þróa samstjórnunarhæfni sem gerir ráð fyrir heilbrigðari lausn ágreinings.

2. Framkvæmdahlutverk og skipulag

- Bæta tímastjórnun, áætlanagerð og eftirfylgni við skuldbindingar - svæði sem eru oft krefjandi fyrir ADHD og tengda snið.
- Notaðu sérsniðnar aðferðir, öpp eða venjur til að halda skipulagi.

3. Skynjunarvitund og gisting

- Að bera kennsl á skynnæmi og mæla fyrir nauðsynlegri vistun í daglegu lífi og í sambandi.
- Að læra að miðla skynþörfum skýrt án sektarkenndar.

4. Samskiptastíll og félagsleg vísbending

- Að þekkja einstaka samskiptatilhneigingu manns (t.d. beinskeyttleika, bókstafstrú eða snerti) og áhrif þeirra á samskipti.
- Þróa færni til að skýra ásetning, biðja um endurgjöf og forðast misskilning.

5. Sjálfsvörn og mörk

- Byggja upp sjálfstraust til að biðja um það sem þarf, segja nei þegar nauðsyn krefur og setja mörk sem vernda vellíðan.
- Að sigrast á ótta við höfnun eða yfirgefa þegar tjáð er taugavíkjandi þarfir.

Kafli 4: Samhliða vöxtur og gagnkvæmur stuðningur

Þó að vöxtur sé einstaklingsbundinn, gegna samstarfsaðilar mikilvægu hlutverki í **styðja hver annars ferðir** án þess að reyna að „laga" eða breyta hvort öðru.

Hvernig lítur stuðningur út?

- **Virk hlustun** að skilja áskoranir og sigra hvers annars.
- **Að hvetja til sjálfsíhugunar** og fagna persónulegum árangri.
- **Að virða mörk** og taugavíkjandi munur án dómgreindar.
- **Að útvega pláss** til vaxtar án þrýstings eða gremju.

Í kaflanum er lögð áhersla á mikilvægi gagnkvæmrar virðingar og þolinmæði. Vöxtur getur kallað fram varnarleysi og óvissu og stuðningsaðili hjálpar til við að skapa það öryggi sem þarf fyrir áhættutöku og breytingar.

Kafli 5: Verkfæri og venjur fyrir einstaklingsvöxt

Þessi hluti býður upp á hagnýtar aðferðir sem lesendur geta innleitt til að hlúa að eigin þroska en auðga sambönd sín.

1. Núvitund og sjálfssamkennd

- Tækni til að jarðtengja, róa sjálfan sig og umfaðma ófullkomleika.
- Daglegar staðfestingar sem styrkja sjálfsvirðingu og taugavíkjandi stolt.

2. Dagbókun og íhugun

- Tilvitnanir beindust að sjálfsuppgötvun, tilfinningamynstri og vaxtarskeiðum.

- Hvatning til að fylgjast með framförum og áföllum án dómgreindar.

3. Menntun og nám

- Að sækjast eftir þekkingu um taugagerð manns í gegnum bækur, podcast eða stuðningshópa.
- Skilningur á því hvernig taugabilun mótar hugsunarmynstur og tilfinningaleg viðbrögð.

4. Meðferðaraðstoð

- Að finna meðferðaraðila sem staðfesta taugafjölbreytileika sem sannreyna reynslu og hjálpa til við að byggja upp hæfni til að takast á við.
- Að kanna einstaklingsmeðferð sem viðbót við parameðferð.

5. Skapandi tjáning

- Notaðu list, tónlist eða aðrar útrásir til að vinna úr tilfinningum og fagna sjálfsmynd.
- Að finna gleði og merkingu í ástríðum, ofurfókus og einstökum hæfileikum.

Kafli 6: Sögur af samhliða vexti

Til að hvetja og hvetja, deilir kaflinn sannfærandi dæmum um pör sem hafa blómstrað með því að faðma einstakar ferðir sínar:

- **Dæmi 1:** Samstarfsaðili með ógreindan ADHD byrjar meðferð, lærir verkfæri til framkvæmdastjórna og öðlast sjálfstraust í að stjórna tíma og ábyrgð - umbreytir ekki aðeins persónulegu lífi sínu heldur líka kraftinum í sambandinu.
- **Dæmi 2:** Samstarfsaðili á einhverfurófinu tekur undir skynþarfir sínar og samskiptastíl, talar fyrir gistingu og kynnir helgisiði sem draga úr ofgnótt og auka tengsl.

- **Dæmi 3:** Báðir félagar taka þátt í sjálfsmenntun, uppgötva hvernig taugatýpur þeirra bæta hvor aðra upp og byggja upp samkennd með skilningi.

Þessar sögur undirstrika að vöxtur snýst ekki bara um að laga vandamál heldur um **að verða fullkomnari sjálfur**, sem aftur auðgar samstarfið.

Kafli 7: Siglingar um áföll og þolinmæði í vexti

Vöxtur er sjaldan bein lína - áföll, gremju og augnablik efasemda eru óumflýjanleg.

Hvernig á að vera áhugasamur?

- Reframe áföll sem **námstækifæri** frekar en mistök.
- Viðhalda **samúðarfullt sjálftala** og viðurkenna viðleitni, ekki bara árangur.
- Hallaðu þér á samstarfsaðila fyrir hvatningu og fullvissu án þrýstings.
- Fagnaðu litlum sigrum til að byggja upp skriðþunga.

Kaflinn hvetur lesendur til að líta á persónulegan vöxt sem ævilangt ferli í þróun sem krefst þolinmæði, náðar og skuldbindingar.

Kafli 8: Að fagna taugavíkjandi styrkleikum

Ómissandi hluti vaxtar er að viðurkenna og fagna þeim einstaka styrkleika sem taugadreifing leiðir til lífs og kærleika:

- **Sköpun og nýsköpun** fæddur af mismunandi hugsunarhætti.
- **Ofurfókus og alúð** sem kyndir undir sameiginlegum verkefnum og ástríðum.
- **Heiðarleiki og áreiðanleiki** sem dýpkar nánd.
- **Einstök sjónarhorn** sem ögra viðmiðum og bjóða báðum samstarfsaðilum vexti.

Með því að færa fókusinn frá „skorti“ og í átt að gjöfum geta einstaklingar og pör ræktað með sér jákvæða sjálfsmynd og blómlegt samband.

Kafli 9: Að hlúa að vexti saman á meðan að vaxa í sundur

Kaflanum lýkur með því að endurgera samhliða vaxtarhugtakið sem a **kraftmikill dans**:

- Samstarfsaðilar vaxa við hlið hver annars, stundum á mismunandi hraða, þurfa stundum pláss til að vaxa sjálfstætt.
- Virðing fyrir þessum dansi veitir sveigjanleika, frelsi og gagnkvæma hvatningu án þess að missa tengsl.
- Blómleg sambönd heiðra bæði **samvera og einstaklingseinkenni**, skapa jafnvægi sem styður vellíðan og gleði.

Samantekt: Lykilatriði

- Persónulegur vöxtur í taugavíkjandi samböndum er a **samhliða ferð**, einstakt fyrir hvern félaga.
- Að taka á móti taugadreifingu ýtir undir sjálfssamkennd, sjálfstraust og valdeflingu.
- Vaxtarsvæði eru oft tilfinningaleg stjórnun, samskipti, skynjunarvitund og sjálfsábyrgð.
- Gagnkvæmur stuðningur þýðir að hlusta, virða mörk og fagna framförum án þess að dæma.
- Áföll eru eðlileg; þolinmæði og seiglu eru lífsnauðsynleg.
- Að viðurkenna og meta taugavíkjandi styrkleika auðgar sjálfsmynd og samstarf.
- Að dafna saman þýðir að vaxa hver fyrir sig og heiðra þessar ferðir.

Lokahvetjandi skilaboð

"Persónulegur vöxtur þinn er leiðarljós - ekki bara að lýsa upp þína eigin leið heldur lýsa upp veginn fyrir maka þinn og samband þitt. Með því að faðma taugavíkjandi sjálf þitt að fullu, gefur þú sjálfum þér leyfi til að blómstra og með því býður þú sambandi þínu að blómstra á þann hátt sem þú hefðir kannski aldrei ímyndað þér. Að vaxa samhliða þýðir ekki að vaxa í sundur, sterkari og tengdari. "

Meðhöfundur samskiptasögu þinnar: Endurskilgreina reglur, mörk og nánd fyrir taugavíkjandi samstarf

---

Kafli Yfirlit

Sambönd eru oft höfð að leiðarljósi af ósögðum „handritum" - væntingum, mynstrum og reglum sem eru sendar frá fjölskyldu, menningu og samfélagslegum viðmiðum. Þessi handrit segja til um hvernig pör rífast, sýna ást, leysa átök og skapa nánd. Fyrir taugadreifandi pör geta hefðbundin sambandsskriftir þó fundist misjafnar, ruglingslegar eða jafnvel skaðlegar. Þeir geta óvart framfylgt taugatýpískum viðmiðum sem passa ekki við taugavíkjandi leiðir til að tengjast, hafa samskipti eða tjá ástúð.

Í 19. kafla, *Að skrifa nýtt handrit*, er lesendum boðið að verða virkir meðhöfundar eigin tengslasögu. Þessi kafli er ákall til að endurheimta sjálfræði með því að endurskilgreina vísvitandi „reglur" sambandsins: setja ný mörk, búa til nýjar leiðir til að sýna ást og byggja upp helgisiði sem heiðra taugagerð hvers maka.

Með þessu styrkjandi ferli skapa pör teikning um samband sem byggir á gagnkvæmri virðingu, staðfestingu á fjölbreytileika taugakerfisins og ekta nánd - handrit sem styður tengsl frekar en átök.

Hluti 1: Skilningur á áhrifum samskiptahandrita

Hvað eru sambandsskriftir?

- Sambandshandrit eru **hugræn fyrirmynd eða óskrifaðar leiðbeiningar** fólk kemur í samstarf sem byggir á fyrri reynslu, menningaráhrifum og samfélagslegum væntingum.

- Þessi handrit ráða oft *hvernig* við ættum að hafa samskipti, tjá ást, höndla átök og viðhalda nánd.

Hvers vegna skriftir skipta máli

- Forskriftir móta forsendur okkar um „venjulega“ hegðun í sambandi.
- Þeir geta skapað væntingar sem, þegar óuppfylltar, valda vonbrigðum, gremju eða misskilningi.
- Hefðbundin handrit oft **aðhyllast taugatýpískan samskipta- og samskiptastíl**, sem getur fjarlægt eða gagntekið taugavíkjandi maka.

Vandamálið með gömlum forskriftum

- Órannsökuð handrit geta styrkt **óhollt mynstur** svo sem tilfinningalega ógildingu, valdaójafnvægi eða rangtúlkun á hegðun.
- Fyrir pör með ólíkum taugaboðum geta þessi handrit valdið því að maka finnst þeir vera misskilnir, jaðarsettir eða þvingaðir til að „hylja“ sitt sanna sjálf.

Hvatningarinnsýn:

"Gömul handrit geta haldið þér föstum í mynstrum sem passa ekki við það sem þú ert í raun og veru eða hver þú vilt verða sem par. Að skrifa nýtt handrit þýðir að hanna sögu sem virkar fyrir *þú*."

Hluti 2: Að taka eignarhald - Að vera meðhöfundur sambands þíns

Að skrifa nýtt sambandshandrit krefst þess að báðir aðilar taki **virkt eignarhald** af sögunni sem þeir vilja segja saman.

Kraftur samhöfundar

- Báðir félagar leggja sitt af mörkum til þarfa sinna, óskir, mörk og vonir um sambandið.
- Meðhöfundur fóstrar **sameiginlega ábyrgð**, ábyrgð og gagnkvæma virðingu.

- Það skapar pláss fyrir **jöfn rödd og val** frekar en að bregðast ekki við háttum eins félaga eða samfélagslegum viðmiðum.

Skref til að byrja að skrifa nýja handritið þitt

- **Endurspegla einstaklingsbundið:** Hver félagi skráir eða veltir fyrir sér hvað finnst vanta eða skaðlegt í núverandi sambands „handriti".
- **Deila og hlusta:** Samstarfsaðilar deila hugleiðingum sínum opinskátt í öruggu, dómgreindarlausu rými og æfa virka hlustun.
- **Þekkja þemu:** Finndu saman endurtekin vandamál, óuppfylltar þarfir og úreltar væntingar.
- **Draumur saman:** Hugsaðu um hvernig heilbrigðara, stuðningsríkara handrit gæti litið út - sem heiðrar taugadreifingu og einstaklingsbundin sjálfsmynd.

Kafli 3: Endurskilgreining á reglum um tengsl

Reglur eru samningar sem leiðbeina daglegum samskiptum, samskiptum og lausn ágreinings. Endurskrifa þessar reglur getur verið umbreytandi.

Algengar sambandsreglur til að endurskilgreina:

1. **Hvernig við höfum samskipti**

- Skiptu út óljósum væntingum eins og „Þú ættir bara að vita hvað mér líður" með skýrum samskiptareglum sem eru sérsniðnar að taugavíkjandi stílum.
- Settu upp ákjósanlega stillingar (skriflega, munnlega, sjónræna), tíma fyrir innritun og „hlé orð" fyrir erfið samtöl.

2. **Meðhöndla átök**

- Hafna handritinu sem ágreiningur verður að leysa strax eða „hita".

- Komdu þér saman um aðferðir eins og tímafrest, skriflegar hugleiðingar eða samstjórnunaraðferðir til að stjórna tilfinningalegum styrkleika.

3. **Mörk og persónulegt rými**

- Setja skýrt fram þarfir fyrir skynjunarhlé, eintíma eða þrýstingsminnkunartímabil án sektarkenndar eða misskilnings.
- Virða taugavíkjandi þarfir fyrir rými án þess að túlka þær sem höfnun.

4. **Tjáning um ástúð og nánd**

- Skora á taugatýpísk viðmið í kringum líkamlega snertingu eða munnlegar staðfestingar; kanna aðrar tjáningar eins og sameiginlegar athafnir, samhliða leik eða örvun saman.
- Heiðra mun á kynhvöt, skynjunaróskir og þægindastigum.

Hagnýt ráð:

Notaðu a **sniðmát tengslasamnings** að skrá þessar endurskilgreindu reglur. Meðhöndlaðu það sem lifandi skjal sem þróast með sambandi þínu.

Kafli 4: Að koma á mörkum sem styrkja

Heilbrigð mörk eru nauðsynleg í hvaða samböndum sem er, en sérstaklega í taugavíkjandi samböndum þar sem skynjunar-, tilfinninga- og vitsmunalegar þarfir eru mjög mismunandi.

Hvernig líta heilsusamleg mörk út

- Mörk eru ekki hindranir heldur **öryggisnet** sem vernda andlega og líkamlega vellíðan.
- Þeir njóta gagnkvæmrar virðingar, sveigjanlegir og hafa skýr samskipti.

Dæmi um taugavíkkandi-sértæk mörk

- Samkomulag um hljóðstig eða lýsingu í sameiginlegum rýmum.

- Að setja takmörk fyrir félagslega þátttöku eða skynjun.
- Að skilgreina hvenær og hvernig á að hafa samskipti um ofgnótt eða lokun.

Að sigrast á mörkum áskorunum

- Sumir félagar geta fundið fyrir sektarkennd eða óttast höfnun þegar þeir setja mörk - þessi kafli staðlar þessar tilfinningar og býður upp á aðferðir til að sigrast á þeim.
- Leggur áherslu á **sjálfsvörslu** og fullvissu um að mörk styrkja, ekki veikja, sambönd.

Kafli 5: Að búa til nýja helgisiði og tjáningu á nánd

Ást og tengsl taka á sig ótal myndir, sérstaklega þegar hefðbundin rómantísk handrit hljóma ekki.

Að kanna aðra nánd

- **Sameiginleg áhugamál:** Taktu þátt í athöfnum sem skapa tengsl án þrýstings um munnlega eða líkamlega nálægð (t.d. leikir, föndur, gönguferðir).
- **Óorðleg tenging:** Gerðu grein fyrir krafti nærveru, samhliða leiks eða samstilltra venja.
- **Skynræn ástúð:** Notaðu skynvænar athafnir eins og þyngdar teppi, mjúka áferð eða taktfasta hreyfingu.

Að búa til taugavíkjandi helgisiði

- Helgisiðir veita fyrirsjáanleika og þægindi - nauðsynleg fyrir marga taugavíkjandi einstaklinga.
- Dæmi: áætlaður „kyrrðartími“ saman, sjónræn niðurtalning til umbreytinga, skynjunarvænar stefnumót.
- Hvetjið pör til að finna upp sína eigin helgisiði sem finnst ánægjulegt og innihaldsríkt.

Hvatningarinnsýn:

„Þegar þú skrifar þína eigin helgisiði, vefur þú ást þína inn í daglegt líf á þann hátt sem aðeins þú getur.

Kafli 6: Samskipti sem samvinnuhandrit

Samskipti eru hjartsláttur hvers sambands. Að skrifa nýtt handrit þýðir að hanna samskiptastíl sem finnst ósvikinn og áhrifaríkur fyrir báða aðila.

Hlutar samskiptaforrits

- **Innritun:** Regluleg, tímasett tilfinningaleg innritun sem kemur í veg fyrir misskilning.
- **Skýrleiki og gagnsæi:** Að hvetja til beina, heiðarlegra tjáningar frekar en getgátur.
- **Feedback lykkjur:** Koma á leiðum til að skýra ásetning án varnar.
- **Gera hlé og gera við:** Notkun „hlé orð“ eða hlé til að koma í veg fyrir stigmögnun, fylgt eftir með viðgerðarsamtölum.

Verkfæri og sniðmát

- Dæmi um ræsir samtals.
- Sniðmát fyrir skriflega samninga eða innritunarspurningar.
- Leiðbeiningar um að búa til „örugg orð“ og róandi helgisiði.

Kafli 7: Að sleppa takinu á fullkomnunaráráttu og ytri væntingum

Mikilvægur hluti af því að skrifa nýtt handrit er **hafna samfélagslegum eða taugatýpískum hugsjónum** sem þjóna ekki sambandi þínu.

Að losna við goðsagnir

- Afneita goðsögn um hvaða ást *ætti* líta út eins og: stöðugt augnsamband, tíðar munnlegar staðfestingar eða hefðbundnar rómantískar athafnir.
- Fagnaðu *munur* sem uppspretta styrks frekar en halla.

Aðhyllast sveigjanleika og vöxt

- Leyfðu samskiptahandritinu þínu að vera sveigjanlegt og þróast.
- Samþykktu að það sem virkar í dag getur breyst á morgun og það er allt í lagi.

Kafli 8: Að hvetja til ábyrgðar og ígrundunar

Að skrifa nýtt handrit er viðvarandi ferli. Í kaflanum er lögð áhersla á mikilvægi þess að:

- **Regluleg hugleiðing:** Stilla tíma til að endurskoða samninga og athuga hvernig nýja handritið virkar.
- **Ábyrgð:** Að eiga mistök án saka og vinna saman að lausnum.
- **Hátíð:** Að viðurkenna framfarir og staðfesta skuldbindingu við vöxt og hamingju hvers annars.

Kafli 9: Árangurssögur - Pör sem endurskrifuðu handritin sín

Raunveruleg dæmi sýna kraftinn í því að vera meðhöfundur nýrra handrita:

- **Saga 1:** Par kynnir skriflega daglega innritun og „hlé orð" kerfi, sem umbreytir átökum í samúðarsamræður.
- **Saga 2:** Samstarfsaðilar búa til „skynjunaröruggt" búseturými með sjónrænum tímaáætlunum og rólegum svæðum, sem dregur úr yfirþyrmingu og eykur sátt.
- **Saga 3:** Hjón hafna hefðbundnum rómantískum viðmiðum og finna upp sína eigin helgisiði – eins og vikulegar þrautakvöld og þögul félagsskap – sem dýpka nánd á forsendum þeirra.

Þessar sögur veita lesendum innblástur með því að sýna hvernig sérsniðin handrit veita frelsi og gleði.

Samantekt: Lykilatriði

- Hefðbundin sambönd passa oft ekki við taugavíkjandi samstarf og geta valdið skaða ef þau eru órannsökuð.
- Hjón geta *meðhöfundur* sambandssögu þeirra með því að endurskilgreina reglur, mörk, samskipti og nánd.
- Skýr mörk og sameiginlegir helgisiðir hlúa að öryggi, tengingu og gleði.
- Samskiptaforskriftir sniðnar að taugavíkjandi þörfum koma í veg fyrir misskilning og byggja upp traust.
- Að sleppa taugatýpískum væntingum losar pör til að fagna einstakri ást sinni.
- Að skrifa nýtt handrit er þróun, samvinnuferð sem krefst íhugunar, ábyrgðar og fagnaðar.

Lokahvetjandi skilaboð

„Samband ykkar er saga sem aðeins þið tveir getið skrifað. Ekki vera hræddur við að endurskrifa síðurnar, eyða gömlum köflum og finna upp nýjar leiðir til að elska þann heiður *bæði* af þér. Þegar þið takið pennann saman verðið þið höfundar frásagnar sem er rík af skilningi, virðingu og djúpum tengslum – sú sem stendur gegn misskilningi og þrífst á ólíkum vettvangi.“

20. KAFLI: TRAUST ER BYGGT, EKKI GERT RÁÐ FYRIR

Hugleiðing um ferðina: Lærdómur og von um ást í gegnum taugaveiklun

---

Kafli Yfirlit

Traust er hornsteinn hvers heilbrigðs sambands. Samt, fyrir taugavíkjandi pör - þar sem samskiptastíll, tilfinningaleg viðbrögð og skynjunarupplifun geta verið mjög mismunandi - er traust oft viðkvæmt og verður að rækta það vísvitandi frekar en að taka það sem sjálfsögðum hlut.

Í 20. kafla, *Traust er byggt, ekki gert ráð fyrir*, lesendur fá leiðsögn í gegnum ígrundandi könnun á umbreytandi ferð sem taugavíkjandi pör taka að sér til að byggja upp varanlegt traust. Þessi kafli fangar kjarna vaxtar, seiglu og vonar með því að deila lærdómi á leiðinni og hvetja pör sem enn finna fótfestu.

Trausti er ekki lýst sem kyrrstæðum, sjálfvirkum grunni heldur sem þróunarferli, samsköpuðu ferli sem dýpkar með viljandi aðgerðum, varnarleysi og gagnkvæmum skilningi. Það minnir lesendur á að það er mögulegt að byggja upp traust að nýju - jafnvel eftir bilanir sem eru knúin áfram af misskilningi - og að ást sem byggir á taugadreifandi upplýstri samúð getur blómstrað.

Kafli 1: Skilgreina traust handan yfirborðsins

Hvað þýðir traust í taugavíkjandi samböndum?

- Traust gengur lengra en að trúa því að maki þinn muni ekki svíkja þig eða særa þig.
- Það þýðir *finnst öruggt* að vera fullkomlega þú sjálfur, þar með talið einkenni þín, skynþarfir og samskiptastíl.

- Það felur í sér traust á því að maki þinn muni leitast við að skilja og styðja þig, jafnvel þegar áskoranir koma upp.

Hvers vegna er ekki hægt að gera ráð fyrir trausti

- Mörg pör ganga í sambönd með því að gera ráð fyrir að traust muni eðlilega vaxa.
- Taugavíkkandi eiginleikar - eins og hvatvísi, tilfinningaleg stjórnun eða skynjun - geta óviljandi rofið traust ef félagar skilja ekki og koma til móts við þessa eiginleika.
- Fyrri reynsla af fordómum eða höfnun getur gert annan eða báða samstarfsaðila betur varkára, sem krefst viljandi vinnu til að byggja upp traust að nýju.

Hvatningarinnsýn:

"Traust er ekki sjálfgefið - það er gjöf sem þú færð daglega með góðvild, þolinmæði og skuldbindingu."

Hluti 2: Ferðin - Frá bilun til endurbyggingar

Að viðurkenna sundurliðunina

- Traust brýtur oft niður í gegnum mynstur **misskilningur, óuppfylltar væntingar og misskilningur**.
- Tilfinningaleg sár safnast upp þegar taugavíkjandi hegðun er misskilin sem höfnun, áhugaleysi eða fjandskapur.
- Samstarfsaðilar geta dregið sig til baka eða brugðist í vörn og dýpkað ágreininginn.

Vendipunkturinn: Að velja að endurbyggja

- Að endurbyggja traust hefst með a **gagnkvæm ákvörðun** að reyna aftur, knúin áfram af von og skuldbindingu.
- Það krefst **sjálfsvitund**: að viðurkenna eigin kveikjur, mistök og þarfir.

- Það krefst **samúð**: leitast við að sjá sambandið í gegnum taugavíkjandi linsu maka þíns.

Verkfæri sem styðja við uppbyggingu trausts

- Skýrir samskiptasamningar.
- Helgisiðir fyrir samstjórnun og tilfinningalegt öryggi.
- Mörk sem vernda velferð hvers maka.
- Samnýtt tungumál og forskriftir til viðgerðar eftir átök.

Að átta sig á trausti er ferli

- Traust byggist upp á ný **lítil augnablik**: stöðug innritun, hlé áður en brugðist er við, virðing fyrir mörkum.
- Það er ekki línulegt; áföll gerast, en seiglan eykst með hverju viljandi vali.

Hluti 3: Lærdómur — Viska af ferðinni

Þessi hluti dregur fram helstu lexíur sem pör hafa lært um traust í gegnum reynslu sína af taugavíkkandi sambandi.

Lexía 1: Varnarleysi er styrkur

- Að opna sig fyrir ótta, þörfum og mistökum skapar djúpa nánd og traust.
- Varnarleysi getur verið áhættusamt en gerir samstarfsaðilum kleift að tengjast umfram samskipti á yfirborðsstigi.

Lexía 2: Þolinmæði yfir fullkomnun

- Traust eykst smám saman, ekki á einni nóttu.
- Að búast við fullkomnun leiðir til vonbrigða; að faðma ófullkomleika ýtir undir samúð.

Lexía 3: Samskipti eru björgunarlína

- Gagnsæ, taugavíkjandi samskipti endurbyggja traust hraðar en forðast eða forsendur.

- Að nota samþykkt verkfæri (skriflegar athugasemdir, áætlaðar innritunir) hjálpar til við að rata í misskilning.

Lexía 4: Landamæri vernda og styrkja

- Að setja og virða mörk er grundvallaratriði til að byggja upp traust.
- Mörk sýna umhyggju fyrir sjálfum sér og maka, koma í veg fyrir ofgnótt og gremju.

Lexía 5: Sjálfssamkennd ýtir undir samkennd

- Að læra að vera góður við sjálfan sig dregur úr varnarviðbrögðum og opnar rými fyrir skilning maka.
- Sjálfssamkennd er fyrirmynd heilbrigðrar tilfinningalegrar stjórnunar.

Lexía 6: Fagnaðu vexti, ekki bara árangri

- Viðurkenndu hvern lítinn sigur í því að byggja upp traust.
- Vöxtur felur í sér áföll - bæði eru dýrmætir hlutir ferðalagsins.

Kafli 4: Hvernig traust líður þegar það er raunverulegt

Öryggi og öryggi

- Samstarfsaðilum finnst öruggt að tjá þarfir án þess að óttast dóm eða refsingu.
- Tilfinningalegt öryggi gerir ráð fyrir ekta tengingu og dregur úr kvíða.

Fyrirsjáanleiki með sveigjanleika

- Traust kemur frá tilfinningu sem samstarfsaðilar munu gera *reyna* að virða þarfir hvers annars og eiga opin samskipti, jafnvel þótt mistök eigi sér stað.
- Það er jafnvægi á milli áreiðanlegra mynstra og samþykkis á breytingum.

Dýpkuð samkennd

- Samstarfsaðilar skilja taugavíkjandi reynslu hvers annars og bregðast við með góðvild.
- Misskilningur verður tækifæri til að læra frekar en að kenna.

Gleði og tengsl

- Traust opnar rými fyrir sameiginlega gleði, húmor og ástúð.
- Pör finnst „séð“ og fagnað fyrir hver þau eru í raun og veru.

Kafli 5: Hagnýt skref til að byggja upp og viðhalda trausti

Þessi hluti býður upp á áþreifanlega leiðbeiningar fyrir lesendur til að sækja um í eigin samböndum.

1. Búðu til reglubundnar innritunarathafnir

- Notaðu daglega eða vikulega tilfinningalega innritun til að ræða þarfir og áhyggjur.
- Haltu þessum samtölum skipulögðum og styðjandi.

2. Þróaðu viðgerðartól

- Sammála um „hlé orð“ eða merki til að stöðva stigvaxandi átök.
- Æfðu viðgerðarsamtöl eftir ágreining til að endurheimta tengingu.

3. Viðhalda gagnsæi

- Deildu tilfinningum, fyrirætlunum og misskilningi opinskátt til að forðast forsendur.
- Hvetja til forvitni um taugavíkjandi eiginleika hvers annars.

4. Heiðra mörk stöðugt

- Virða beiðnir um pláss eða skynjunarhúsnæði án þess að móðgast.
- Styrkja mörk sem umönnunaraðgerðir.

5. Æfðu sjálfstjórnarhæfileika

- Notaðu jarðtengingartækni, núvitund eða hreyfingarhlé til að stjórna ofgnótt.
- Styðjið hvert annað í tilfinningalegri stjórn.

6. Leitaðu aðstoðar þegar þörf er á

- Finndu meðferðaraðila eða þjálfara sem staðfesta taugafjölbreytileika til að leiðbeina því að byggja upp traust.
- Vertu með í samfélögum fyrir sameiginlegt nám og hvatningu.

Kafli 6: Vonarorð fyrir lesendur

Þessi lokahluti býður upp á hvatningu og innblástur fyrir pör sem sigla um flókið landsvæði taugavíkjandi ástar.

Að faðma ferðina

- Traustuppbygging er *vinnusemi* en alveg þess virði.
- Hvert skref fram á við styrkir tengslin og dýpkar skilning.

Þú ert ekki einn

- Mörg pör standa frammi fyrir svipuðum áskorunum og sigrum.
- Samfélag og úrræði eru til til að styðja einstaka leið þína.

Gjöf taugavíkjandi ástar

- Neurodivergent sambönd bjóða upp á rík tækifæri til vaxtar, sköpunar og tengingar.
- Að faðma mismuninn gerir ráð fyrir ást sem er ekta, seigur og djúpt uppfylling.

Samantekt: Lykilatriði

- Traust er virkt, viðvarandi ferli - ekki trygging í upphafi sambands.

- Taugaveiklun pör standa frammi fyrir einstökum áskorunum um traust en einnig einstökum tækifærum til að byggja upp skilning og öryggi.
- Viljandi samskipti, mörk og viðgerðaraðferðir skapa grundvöll trausts.
- Varnarleysi, þolinmæði og sjálfssamkennd eru nauðsynleg til að viðhalda trausti.
- Traust opnar dyrnar að ekta tengingu og gleði.

Lokahvetjandi skilaboð

"Traust er ekki eitthvað sem þú finnur - það er eitthvað sem þú byggir upp, kubba fyrir kubba, orð af orði, augnabliki fyrir augnablik. Fyrir taugasveigjanleg pör gæti þetta ferli tekið meiri tíma og umhyggju, en ástin sem vex af því er sterkari en nokkur misskilningur eða bakslag. Ferðalagið þitt til að byggja upp traust er til vitnis um hugrekki þitt, seiglu og hvert annað sem byggir upp á trausti til hvers annars. elskaðu sem sannarlega heiðrar hver þú ert, saman.

HAGNÝT VERKFÆRI OG ÚRRÆÐI FYRIR BLÓMLEG TAUGAVÍKJANDI SAMBÖND

Inngangur: Hvers vegna valfrjálsar viðbætur skipta máli

Ferðalagið í gegnum taugavíkjandi sambönd er mjög persónulegt, oft flókið og alltaf í þróun. Þó að kaflarnir í þessari bók veiti grunnþekkingu, tilfinningalega innsýn og stefnumótandi leiðbeiningar, þá er **Valfrjálsar viðbætur** kafli þjónar sem ómissandi félagi fyrir daglega æfingu.

Þessi hluti býður upp á *áþreifanleg verkfæri*, *tilbúin sniðmát*, og *vandlega safnað úrræði* sem styrkja þig - hvort sem þú ert nýlega að læra um taugadreifingu eða djúpt inn í vöxt sambands þíns - til að samþætta það sem þú hefur lært í daglegu lífi þínu.

Í þessari kaflalýsingu könnum við:

- Hvernig þessar viðbætur styðja samskipti, sjálfsvitund og gagnkvæman skilning.
- Gildi skipulögðra verkfæra til að sigrast á misskilningi og skynjunaráskorunum.
- Mikilvægi áframhaldandi náms í gegnum uppástungur um lestur og traust úrræði.

Viðauki A: Neurodivergent Communication Toolkit

Tilgangur og kraftur verkfærakistu

Taugavíkjandi sambönd standa oft frammi fyrir einstökum samskiptaörðugleikum - bókstafleg túlkun, skynjunarofbeldi, hvatvísi og tilfinningaleg stjórnun getur truflað slétt samskipti. Þetta verkfærasett er hannað til að:

- Veita *tilbúnum auðlindum* sem draga úr getgátum og tilfinningalegum giskaleikjum.
- Tilboð *sniðmát* að skipuleggja samtöl, samninga og úrlausn ágreinings.
- Hjálpaðu samstarfsaðilum *virða skynjunar- og samskiptastillingar sínar* til að efla öryggi og skilning.

Með því að útbúa pör með hagnýtum verkfærum, færir þessi hluti kenningu yfir í daglega iðkun og gerir þér kleift að byggja upp sterkari, skýrari og miskunnsamari tengsl.

Lykilhlutir verkfærakistunnar

1. Samskiptaskriftarsniðmát

- *Tilgangur*: Að leiðbeina erfiðum samtölum af skýrleika og öryggi.
- *Hvernig það hjálpar*: Með því að bjóða upp á skipulagt handrit geta samstarfsaðilar undirbúið það sem þeir eiga að segja, búist við misskilningi og dregið úr kvíða í kringum viðkvæm efni.
- *Dæmi sniðmát* innihalda:
    - o Forskriftir um átök sem nota „mér finnst" fullyrðingar til að draga úr sök.
    - o Forskriftir til að biðja um hlé eða „hlé orð" þegar tilfinningar aukast.
    - o Innritun hvetja til daglegrar tilfinningalegrar miðlunar.

Hvatningarorð:

„Að vera með handrit þýðir ekki að samtölin þín séu fölsuð - það þýðir að þú velur góðvild, skýrleika og umhyggju fram yfir glundroða og sársauka.

---

2. Skynjunarvalkort

- *Tilgangur*: Til að bera kennsl á og miðla einstökum skynþörfum og kveikjum.
- *Hvernig það hjálpar*: Þessar töflur gera það auðveldara að deila skynjunarmörkum (t.d. hávaða, áferð, lýsingu) án langvarandi útskýringa eða misskilnings.
- *Hvernig á að nota*: Samstarfsaðilar fylla út óskir sínar og deila þeim hver með öðrum og skapa sameiginlega tilvísun til að mæta skynþörfum í daglegu lífi.
- *Inniheldur*: Gátlistar fyrir algeng skynsvið (heyrn, áþreifanleg, sjón, lyktarskyn, snertiflöt).

Hvatningarorð:

„Þegar þú þekkir skynþarfir maka þíns, heiðrar þú reynslu þeirra – og traust dýpkar vegna þess að þú mætir með meðvitund og umhyggju.

---

3. Dagleg og vikuleg innritunarvinnublöð

- *Tilgangur*: Að efla áframhaldandi samskipti og koma í veg fyrir smá misskilning frá snjóbolta.
- *Hvernig það hjálpar*: Með því að búa til fyrirsjáanlegt, öruggt rými til að tjá tilfinningar, þarfir og þakklæti, halda samstarfsaðilar sambandi jafnvel á annasömum eða streituvaldandi tímum.
- *Inniheldur*:
  - Tilfinningamatskvarðar sérsniðnir fyrir taugavíkjandi vinnslu.
  - Hvetja til að deila árangri, áskorunum og væntanlegum áætlunum.

Hvatningarorð:
„Smá áætlanagerð nær langt - að bjóða maka þínum uppbyggingu er kærleiksverk.

Notaðu verkfærakistuna á áhrifaríkan hátt

- Byrjaðu smátt: Veldu eitt verkfæri eða vinnublað sem finnst viðráðanlegt.
- Sérsníða: Aðlagaðu forskriftir eða töflur að þínum einstaka samskiptastíl.
- Deildu opinskátt: Ræddu hvernig þessi verkfæri líða fyrir báða samstarfsaðila og endurskoðaðu eftir þörfum.
- Gerðu það venjubundið: Felldu notkun verkfærakassa inn í daglegt líf þitt sem hluta af „siðum" sambandsins.

Viðauki B: Lestur og heimildir

Tilgangur fyrirhugaðs lestrar og tilföngs

Að sigla um taugaskipti í samböndum er áframhaldandi námsferð. Í viðauka B er að finna vandlega safnaðan lista yfir bækur, vefsíður, stuðningshópa, öpp og fagfólk sem sérhæfir sig í taugafjölbreytileika og tengslaheilbrigði.

Þessi úrræði hjálpa þér:

- Dýpkaðu skilning þinn á taugabilun.
- Fáðu aðgang að stuðnings- og staðfestingarsamfélögum.
- Finndu hagnýt verkfæri umfram þessa bók.
- Kannaðu meðferðar- og þjálfunarmöguleika sem staðfesta taugavíkjandi reynslu.

Flokkar auðlinda

1. Bækur fyrir samstarfsaðila og einstaklinga

Hvatningarorð:
"Venjubundin innritun er eins og að vökva sambandsgarðinn þinn - litlar, samkvæmar athafnir sem hjálpa ástinni að verða sterk og seigur."

---

4. Samskiptareglur um viðgerðir á átökum og hlé

- *Tilgangur:* Að rjúfa hringrás tilfinningalegrar stigmögnunar með samþykktum öryggisaðferðum.
- *Hvernig það hjálpar:* Þessar samskiptareglur kenna pörum hvernig á að gera hlé á átökum áður en þau spóla, kólna og snúa aftur til samræðna með meiri ró og virðingu.
- *Inniheldur:*
  - „Örugg orð" eða orðasambönd til að gefa til kynna þörfina á hléi.
  - Skref fyrir kólnunartímabil, þar með talið skynjarðtengingartækni.
  - Sniðmát fyrir viðgerðarsamtöl eftir átök.

Hvatningarorð:
"Að læra að gera hlé og gera við er ekki að gefast upp - það er að velja að vernda tenginguna þína og styrkjast saman."

---

5. Sjónræn tímasetningar og skipulagsaðstoð

- *Tilgangur:* Til að aðstoða við áskoranir í stjórnunarstörfum eins og tímablindu, gleymsku eða yfirþyrmandi verkefnum.
- *Hvernig það hjálpar:* Sjónræn verkfæri skýra væntingar, draga úr kvíða og ýta undir samvinnu.
- *Inniheldur:*
  - Sýndu daglega og vikulega sjónræna skipuleggjendur.
  - Verkefnaskiptatöflur fyrir réttláta skiptingu heimilis eða tilfinningalegrar vinnu.

- Titlar sem kanna taugadreifingu, samskiptaaðferðir og tengslavirkni.
- Bækur eftir taugavíkjandi höfunda sem deila lifandi reynslu og innsýn.
- Sem dæmi má nefna:
  - *NeuroTribes* eftir Steve Silberman - sögulegt og menningarlegt samhengi einhverfu.
  - *ADHD áhrif á hjónaband* eftir Melissa Orlov — markviss ráðgjöf fyrir ADHD pör.
  - *Elska einhvern með einhverfu* eftir Cindy Ariel — hagnýt ráð um samskipti og tengingar.

Hvatningarorð:

„Að lesa sögur annarra hjálpar þér að finnast þú sjáður, skilinn og innblásinn á eigin ferðalagi.

---

2. Vefsíður og netsamfélög

- Málþing og hópar sem stýrt er af taugadreifandi fólki sem hlúir að jafningjastuðningi.
- Meðferðarskrár á netinu sem sérhæfa sig í fagfólki sem staðfestir taugafjölbreytileika.
- Dæmi:
  - Autistic Self Advocacy Network (ASAN).
  - ADHD og einhverfu sértæka Facebook hópar og Reddit samfélög.

Hvatningarorð:

„Samfélag er þar sem þú finnur hvatningu, nýjar hugmyndir og tilfinningu fyrir því að tilheyra.

---

3. Forrit og stafræn verkfæri

- Forrit sem styðja samskipti, tilfinningalega stjórnun, tímastjórnun og eftirlit með sameiginlegum verkefnum.
- Sem dæmi má nefna:

- o Tímastjórnunarforrit með sjónrænum tímamælum (t.d. Time Timer).
- o Samskiptavettvangar með dagbókareiginleikum (t.d. Milli, Par).
- o Tilfinningarakningarforrit (t.d. Daylio, Moodpath).

Hvatningarorð:

„Tæknin getur verið brú - sem hjálpar þér að tengja, skipuleggja og tjá þig auðveldara.

---

4. Sjúkraþjálfarar og þjálfarar

- Hvernig á að finna sérfræðinga sem eru þjálfaðir í parameðferð sem staðfestir taugafjölbreytileika.
- Spurningar til að spyrja hugsanlega meðferðaraðila um reynslu þeirra af taugavíkjandi skjólstæðingum.
- Hvatning til að leita sér aðstoðar snemma og reglulega sem styrkleika, ekki veikleika.

Hvatningarorð:

„Réttur stuðningur getur umbreytt áskorunum í vöxt, sem gefur þér verkfæri til að byggja upp ást sem endist.

Hvernig á að nota fyrirhugaða lestur og tilföng

- Byrjaðu á einni bók eða vefsíðu sem hljómar.
- Skráðu þig í samfélag eða vettvang fyrir jafningjatengsl og sameiginlegt nám.
- Gerðu tilraunir með öpp sem mæta sérstökum þörfum þínum.
- Náðu til fagfólks þegar þú ert tilbúinn - meðferð er form sjálfsumönnunar og gagnkvæmrar umönnunar.

Endanleg hvatningarhugsanir um valfrjálsar viðbætur

The **Neurodivergent Communication Toolkit** og **Ráðlagður lestur og tilföng** hlutar eru gjafir sem þú getur snúið aftur og aftur í. Þeir umbreyta óhlutbundnum hugtökum í framkvæmanleg skref, veita uppbyggingu, hvatningu og samfélag.
Mundu að að dafna saman er ferðalag, ekki áfangastaður. Þessar viðbætur hjálpa þér að sigla þá ferð með ásetningi, samúð og hagnýtum stuðningi.

Samantekt: Það sem þú færð

- Tilbúnar samskiptaforskriftir og skynfæri fyrir sléttari dagleg samskipti.
- Aðferðir til að takast á við átök og tilfinningalega yfirþyrmingu af virðingu og umhyggju.
- Úrræði sem dýpka skilning og tengja þig við stuðningssamfélög.
- Sjálfstraust til að leita hjálpar og vaxa saman.

Lokatilvitnun
"Leiðin að tengingu er malbikuð með verkfærum, þekkingu og hjarta. Þessi verkfærakista og auðlindahandbók eru félagar þínir - tilbúnir til að styðja þig í að skapa samband þar sem taugadreifing er ekki hindrun, heldur uppspretta styrks, skilnings og kærleika."

LOKIÐ

www.ingramcontent.com/pod-product-compliance
Lightning Source LLC
LaVergne TN
LVHW010751051026
849532LV00007B/2325
* 9 7 9 8 3 4 9 3 9 5 8 7 1 *